പാതാളരാജ്യത്തെ കാഴ്ചകൾ

pathalarajyathe kazhchakal
childrens literature

•

dr. gopi puthukode

•

first edition
january 2020

•

typesetting
sreebhadra, thiruvananthapuram

•

published
chintha publishers, thiruvananthapuram

•

printed
repro india ltd, mumbai

•

cover
vinod mangoes

Distribution

DESHABHIMANI BOOK HOUSE

H O Thiruvananthapuram 695035
phone: 0471-2303026, 6063026
Email: chinthapublishers@gmail.com
Website: www.chinthapublishers.com

Branch

Head Office Kunnukuzhi • Statue Thiruvananthapuram • KSRTC Bus Station Alappuzha • KSRTC Bus Station Ernakulam • Machingal Lane Thrissur • IG Road Kozhikode • Mavoor Road Kozhikode • NGO Union Building Kannur • Central Bus Terminal Complex Thavakkara Kannur

CO - 2878 / 5156
ISBN - 978-93-89410-36-5

പാതാളരാജ്യത്തെ കാഴ്ചകൾ

(ബാലസാഹിത്യം)

ഡോ. ഗോപി പുതുക്കോട്

ചിന്ത പബ്ലിഷേഴ്സ്
തിരുവനന്തപുരം-695 035

ഡോ. ഗോപി പുതുക്കോട്

സ്വദേശം: മലപ്പുറം ജില്ലയിലെ പുതുക്കോട്
കാലിക്കറ്റ് യൂണിവേഴ്സിറ്റിയിൽനിന്ന് മലയാള സാഹിത്യത്തിൽ പി എച്ച് ഡി.
ഇപ്പോൾ മലപ്പുറം ഡയറ്റ് ഫാക്കൽറ്റി.
കൃതികൾ: *ശലഭജന്മം, നിഴലും നിലാവും* (നോവൽ), *അവാർഡ്, മാനാഞ്ചിറ* (കഥകൾ), *വിദ്യാഭ്യാസവും സംസ്കാരവും, ബാലസാഹിത്യത്തിന്റെ ഉദയവികാസങ്ങൾ, മതിലുകളില്ലാത്ത വിദ്യാലയം (പഠനം), നേതാജിയുടെ കഥ, അംബേദ്കറുടെ കഥ* (ജീവചരിത്രം), *മലയാളപ്പാട്ടുകൾ, ഒരിക്കലും കരയാത്ത കുട്ടി, മഴ നനഞ്ഞ ബാല്യം, ഉണ്ണിക്കുട്ടനും ദേവൂട്ടിയും, പാമ്പു മുതൽ പാണ്ടവരെ* (ബാലസാഹിത്യം). *ഞാനറിയുന്ന കുഞ്ഞുണ്ണിമാഷ്* എന്ന കൃതി എഡിറ്റ് ചെയ്തു.
ചെറുകഥയ്ക്ക് തപസ്യ പുരസ്കാരം, നവസാഹിതി പുരസ്കാരം, വൈജ്ഞാനിക സാഹിത്യത്തിന് ജോസഫ് മുണ്ടശ്ശേരി പുരസ്കാരം, ജീവചരിത്ര രചനക്ക് പി കെ പരമേശ്വരൻ നായർ സ്മാരക പുരസ്കാരം എന്നിവ നേടി.

ഭാര്യ : ഗീത പി
മകൾ : അനന്യ ജി

വിലാസം : ഗുരുസാഗരം
രാമനാട്ടുകര പി ഒ
കോഴിക്കോട് – 673 633
E-mail : gputhukode@gmail.com
Phone : 9744449844

ഉള്ളടക്കം

പ്രസാധകക്കുറിപ്പ്

***പാ**താളരാജ്യത്തെ കാഴ്ചകൾ* കുട്ടികൾക്കുവേണ്ടി എഴുതപ്പെട്ട ഒരു കൃതിയാണ്. ഒരു ബാലസാഹിത്യകാരനും എഴുത്തുകാരനുമായ ഡോ. ഗോപി പുതുക്കോടാണ് ഇതു രചിച്ചിട്ടുള്ളത്. പരമ്പരാഗതമായ ബാലകഥകളുടെയും കുട്ടിക്കവിതകളുടെയും നിലവാരത്തിൽനിന്നും വിവിധ പ്രായത്തിലുള്ള കുട്ടികളുടെ ഗ്രാഹ്യശേഷി വളർന്നിരിക്കുന്നുവെന്ന കണ്ടെത്തലാണ്, കുട്ടികൾക്കുവേണ്ടി സാമാന്യം വലിപ്പമുള്ള കവിതകളും കഥകളും നോവലുകളും രചിക്കുന്നതിലേക്ക് ബാലസാഹിത്യകാരന്മാരെ നയിച്ചത്.

ലക്ഷ്യബോധത്തോടെ കുട്ടികൾക്കുള്ള പുസ്തകങ്ങൾ രചിക്കുന്ന ഒരു എഴുത്തുകാരനാണ് ഡോ. ഗോപി പുതുക്കോട്. അദ്ദേഹത്തിൽനിന്നും ബാലലോകം കൂടുതൽ സംഭാവനകൾ പ്രതീക്ഷിക്കുന്നു. ഒരു നല്ല പുസ്തകം പുറത്തിറക്കുന്ന ഉന്മേഷത്തോടെ ഞങ്ങൾ അവതരിപ്പിക്കുന്നു, *പാതാളരാജ്യത്തെ കാഴ്ചകൾ.* സന്തോഷത്തോടെ സ്വീകരിക്കുക.

ചിന്ത പബ്ലിഷേഴ്സ്

ലോഹത്തുമ്പി

തനിച്ചിരുന്ന് മുഷിഞ്ഞു. മുന്നിൽ, നിലത്തുകിടന്ന വിചിത്ര വണ്ടി കാലുകൊണ്ട് തട്ടിത്തെറിപ്പിച്ച് കുഞ്ഞു എഴുന്നേറ്റു. പാവകൾ, യന്ത്രങ്ങൾ, പാത്രങ്ങൾ... എന്തൊക്കെയാണ് താൻ നിർമ്മിച്ചു വെച്ചിരിക്കുന്നത്. അവന് ചിരി വന്നു. കൂട്ടത്തിൽ നിന്നു മാറി ദൂരെ കിടന്ന മണ്ണുമാന്തി കുനിഞ്ഞെടുത്തു. ചക്രങ്ങൾക്ക് വലുപ്പം പോര. വാഴയുടെ ഉണ്ണിത്തണ്ട് മുറിച്ചെടുത്താണ് ചക്രങ്ങളാക്കിയത്. ഓരോന്നായി ഊരിയെടുത്തു. ഇനി ഇതു കൊള്ളില്ല. എല്ലാം തെങ്ങിന്റെ തുറന്നിട്ട തടത്തിലേക്ക് വലിച്ചെറിഞ്ഞു.

മടുത്തു. ഇനി പിന്നെയാകാം കളി. അകത്തേക്ക് കയറിപ്പോകാൻ തിരിഞ്ഞതാണ്. സിറ്റൗട്ടിൽ എത്തി! പിങ്കി കണ്ണു തിരുമ്മി തുറിച്ചു നോക്കുന്നു. ഉച്ചയുറക്കം കഴിഞ്ഞുള്ള വരവാണ്. മുറ്റത്തിറങ്ങി നടന്നടുത്തു.

“ഒറക്കം കഴിഞ്ഞോ?” അടുത്തുചെന്ന് താടിയിൽ പിടിച്ചിട്ട് കുഞ്ഞു ചോദിച്ചു.

“ഉം...” അവൾ മൂളി.

മുറ്റത്ത് ചിതറികിടക്കുകയാണ് കളിക്കോപ്പുകൾ. പിങ്കി ആകെയൊന്നു നോക്കി. “അതെന്താണ്?” കൈചൂണ്ടി ചോദിച്ചു.

“അതേയ്....” കുറച്ചുനേരം ആലോചിച്ചിട്ട് കുഞ്ഞു മറുപടി

കൊടുത്തു "മണ്ണു കൊണ്ടുപോണ വണ്ടി..." അവൾ അതെടുത്തു.

കുഞ്ഞുവിന്റെ ഇത്തരം നിർമ്മാണപ്രവർത്തനങ്ങൾ ചുറ്റുവട്ടത്തുള്ളവർക്കൊക്കെ അറിയാം. വാഴപ്പോള, ഇലകൾ, ഈർക്കിൽ, മരക്കമ്പുകൾ, ചൂടിക്കയർ... എന്തു കിട്ടിയാലും പെറുക്കിയെടുക്കും. മുറ്റത്തിന്റെ ഒരു കോണിൽ പടർന്നു കിടക്കുന്ന ചാമ്പമരത്തിന്റെ തണലിൽ കൂട്ടിയിടും. സമയം കിട്ടുമ്പോഴൊക്കെ അവിടെയിരുന്ന് ഓരോന്നുണ്ടാക്കും. എന്താണ് ഉണ്ടാക്കുന്നതെന്ന് അവനു മാത്രമേ അറിയൂ. പലതും ആരും അതുവരെ കണ്ടിട്ടുണ്ടാവില്ല. കുഞ്ഞുവിന്റെ ഭാവന. അതാണ് പലതും. എവിടെ എന്തു കണ്ടാലും നോക്കി നില്ക്കും. കുഞ്ഞുവിനെയുമായി യാത്ര പോകാൻ പാടാണെന്ന് ഉപ്പയും ഉമ്മയും പറയാറുണ്ട്. ഇടയ്ക്കിടെ വായും പൊളിച്ചങ്ങനെ നിന്നുപോകും. കൈ പിടിച്ചു വലിച്ചാലേ അനങ്ങൂ.

എന്നാലും എല്ലാവർക്കും അവനെ ഇഷ്ടമാണ്. അവൻ പറയുന്നതൊക്കെ പുതിയ പുതിയ കാര്യങ്ങളാണ്. ഏതു നേരവും ഭാവനയുടെ ലോകത്താണ്. പഠനത്തിലും മിടുക്കനാണ്. ഏഴാം ക്ലാസുകാരന്റെ മട്ടൊന്നുമല്ല. അവൻ മിടുക്കനാണ്. മത്സരങ്ങളിൽ എട്ടാം ക്ലാസുകാരനെയും തോല്പിക്കും...

സുഗന്ധി ടീച്ചർ ഉപ്പയോടു പറയുന്നത് പിങ്കിയും കേട്ടതാണ്. അവൾക്ക് വലിയ അഭിമാനമാണ്. കുഞ്ഞുവിന്റെ കണ്ടുപിടുത്തങ്ങളൊക്കെ സ്വന്തം ക്ലാസുകാരുടെ മുമ്പിൽ അവൾ വിവരിക്കാറുണ്ട്. അവൾക്ക് വേണ്ട കളിപ്പാട്ടങ്ങളെല്ലാം ഉണ്ടാക്കിക്കൊടുക്കുന്നതും കുഞ്ഞുതന്നെ.

"ഇതീന്ന് മണ്ണ് ഒഴിവാക്കുന്നതെങ്ങനെ?" കൈയിലെ വണ്ടി സൂക്ഷ്മമായി നോക്കിയശേഷം പിങ്കി ചോദിച്ചു.

"അതേയ്... ഈ ഭാഗം ഇങ്ങനെ പൊങ്ങും." ലോറിക്കുള്ളിലെ പലകയുടെ ഒരറ്റം പിടിച്ചുയർത്തി അവൻ കാണിച്ചുകൊടുത്തു. അപ്പോ മണ്ണൊക്കെ ബാക്കിലേക്ക് വീഴും... അവൾക്കത് ഇഷ്ടപ്പെട്ടു, "ഉം... ഫസ്റ്റ്...." അവൾ പറഞ്ഞു. കുഞ്ഞുവിനു സന്തോഷമായി.

അങ്ങനെ നില്ക്കുമ്പോൾ അവനൊരൈഡിയ... "പിങ്കൂട്ട്യേ... മ്മക്ക് മാവിന്റെ ചോട്ടിപ്പോയാലോ...?" അവൾക്ക് എപ്പൊഴേ സമ്മതം. തരം കിട്ടിയാൽ തനിച്ചു പോകുന്നതാണ്. മുറ്റത്തിണ്ടു കടന്ന് അല്പം നടന്നാൽ മദ്രസയായി. മദ്രസയുടെ മുറ്റത്തു കൂടി പടിഞ്ഞാട്ടുപ്പോയാൽ വരമ്പിനോടു ചേർന്നാണ് മുത്ത

ശ്ശിമാവ്. നാട്ടുമാവാണ്. കാറ്റത്ത് മാങ്ങകൾ ചറപറ വീഴും.

അവർ മുറ്റത്തിണ്ടു കടന്നു.

“ഉമ്മാനോടു പറ്യണ്ടേ?”

പിങ്കിക്കു സംശയം. ഇരുവരും നിന്നു.

“അരിപ്പൊടി വറക്വാണ്...” രഹസ്യം പറയുംപോലെ അവൾ മന്ത്രിച്ചു.

“സാരല്യ മ്മക്ക് പൂവ്വാ... ഉമ്മ വേണേങ്കി വിളിച്ചോട്ടെ...”

കുഞ്ഞു ധൈര്യം പറഞ്ഞു. അവൾക്കും അതു സമ്മതമായി. മുറ്റത്തിറങ്ങി ഒന്നു വിളിച്ചാൽ മതിയല്ലോ. അതാണല്ലോ പതിവ്.

മദ്രസ ചുറ്റി അങ്ങനെ ചെല്ലുമ്പോൾ മാവിന്റെ ചുവട്ടിൽ നിന്നു ചിരിക്കുന്നു രവി! കുഞ്ഞു ഒറ്റക്കുതിപ്പിന് അവന്റടുത്തെത്തി. പിങ്കി ചുണ്ടുകോട്ടി പിണക്കം കാണിച്ചു. അപ്പോൾ രവി അവൾക്കരികിലേക്ക് ചെന്നു.

“പിങ്കൂട്ട്യേ... പിങ്കൂട്ടിക്കു ഞാൻ രണ്ടുമാങ്ങ കരുതീട്ടുണ്ടല്ലോ...”

ഓരോ കൈയിൽ ഓരോ പഴുത്ത മാങ്ങ അവൻ നിവർത്തി കാണിച്ചു. അവൾ രണ്ടും കൈവശപ്പെടുത്തി.

അപ്പോഴതാ ഒരു മാങ്ങ വീഴുന്നു. അതും കുഞ്ഞുവിന്റെ തൊട്ടുമുമ്പിൽ.

“ഹായ്... ഇപ്പോ മൂന്നാൾക്കും മാങ്ങയായി....!”

ഒന്നു രവിക്ക് നീട്ടിക്കൊണ്ട് പിങ്കി പറഞ്ഞു. അവർ മാങ്ങ തിന്നാൻ തുടങ്ങി. പഴുത്ത നാട്ടുമാങ്ങയുടെ മണംതന്നെ മത്തുപിടിപ്പിക്കുന്നതാണ്. മൂക്കിനോട് ചേർത്തുപിടിച്ച് നാലഞ്ചു തവണ ആ സുഗന്ധം അകത്തേക്ക് വലിച്ചു കയറ്റിയതിനു ശേഷമാണ് മൂവരും മാങ്ങയിൽ കടിച്ചത്.

ഇതൊക്കെ ആരെങ്കിലും നോക്കുന്നുണ്ടോ എന്ന് രവി ചുറ്റിലും കണ്ണോടിച്ചു. ആരെയും കണ്ടില്ല.

“ഉടുപ്പിലാക്കണ്ടട്ടാ....”

കുഞ്ഞു പിങ്കിയെ ഓർമ്മിപ്പിച്ചു. അവൾ ശ്രദ്ധിച്ചാണ് മാങ്ങ തിന്നുന്നത്. ഉടുപ്പിലായാൽ ഉമ്മയ്ക്ക് വേഗം മനസ്സിലാകുമെന്ന്

അവൾക്കറിയാം. മണമുണ്ടാകും. കറപിടിക്കുകയും ചെയ്യും.

കാമ്പെല്ലാം അകത്താക്കിയതോടെ അണ്ടിയിലായി അഭ്യാസം. ഓരോ തലയും മാറ്റിപിടിച്ച് വായിലേക്ക് ഉന്തിക്കേറ്റും. കടിച്ചുപിടിച്ച് പുറത്തേക്ക് വലിക്കും. അപ്പോൾ പല്ലില്ലൊക്കെ ആരുകോർത്തിട്ടുണ്ടാകും. എന്നാലും നിർത്തില്ല. ഇനി ഒന്നും അവശേഷിക്കാതെ അണ്ടി വൃത്തിയാകുന്നതുവരെ ആ പണി തുടരും. ഒടുക്കം വരിയായിനിന്ന് ഒന്നിച്ച് ഊക്കിൽ പാടത്തേക്കെറിയും. ആരുടെ അണ്ടിയാണ് ഏറ്റവും ദൂരെ വീണതെന്ന് നോക്കും. അയാൾ ഫസ്റ്റ്.

പതിവുപോലെ രവി ഫസ്റ്റായി. കുഞ്ഞു സെക്കന്റ്. പാവം പിങ്കി തേഡായി. എന്നാലും ഏറ്റവും സന്തോഷിച്ചത് അവളാണ്.

ആരുകളൊക്കെ എടുത്തു കളഞ്ഞ് വാ വൃത്തിയാക്കി. രവി നിക്കറിന്റെ പോക്കറ്റിൽനിന്ന് ടവ്വൽ പുറത്തെടുത്തു. അവൻ ഒരുങ്ങിയാണ് വന്നത്. മൂവരും കൈ വൃത്തിയാക്കി.

കുഞ്ഞുവാണ് ആദ്യം മുകളിലേക്ക് നോക്കിയത്. വല്ലാത്ത ഒരു മൂളൽ കേട്ടപ്പോൾ വലിയ വണ്ടായിരിക്കുമെന്ന് വിചാരിച്ചു.

അവന് കണ്ണുകളെ വിശ്വസിക്കാനായില്ല. വലിയൊരു തുമ്പി. വളരെ വലിയ തുമ്പി. അത് മാവിന്റെ മുകളിൽ വട്ടമിടുകയാണ്.

"നോക്കടാ..."

മുകളിലേക്ക് തന്നെ നോക്കിക്കൊണ്ട് അവൻ രവിയുടെ മുതുകിൽ തട്ടി. അവനും നോക്കി.

"അമ്മേ..." അറിയാതെ വിളിച്ചു പോയി.

പിങ്കി വല്ലാതെ പരിഭ്രമിച്ചു. തുമ്പി വട്ടം ചുറ്റി താഴോട്ട് വരികയാണ്. അതിനനുസരിച്ച് മൂളലിന്റെ ഒച്ച കൂടിവരുന്നുണ്ട്.

രവിയും കുഞ്ഞുവും ഇരുവശത്തുമായി നിന്ന് പിങ്കിയെ സമാധാനിപ്പിച്ചു. കുഞ്ഞു അവളെ പൊതിഞ്ഞുനിന്നു. അവർ നോക്കി നില്ക്കെ ആ ഭീമൻ തുമ്പി മാവിന്റെ ചുവട്ടിൽ പൊടി പറത്തിക്കൊണ്ടു വന്നിറങ്ങി. നിമിഷങ്ങൾക്കകം അതിന്റെ മൂളൽ നിലച്ചു. മുകൾ ഭാഗത്തുള്ള ചക്രത്തിന്റെ തിരിച്ചിൽ നിന്നു.

അവർ ചുറ്റും നോക്കി. മുതിർന്ന ആരെങ്കിലുമുണ്ടോ രക്ഷി

ക്കാൻ? ഇല്ല ആരുമില്ല, ഈ ലോകത്തിൽ മറ്റാരുമില്ലേ?

വണ്ടിയുടെ കുറേ അകലെയാണ് നില്ക്കുന്നതെന്ന് തിരിച്ചറിഞ്ഞപ്പോൾ അതിശയിച്ചു പോയി. ഇതെങ്ങനെ ഇത്ര ദൂരെയെത്തി? മാവിന്റെ ചുവട്ടിൽ നിന്നതല്ലേ? ഇപ്പോഴിതാ മദ്രസയുടെ ചുമരിനോടു ചേർന്നു നില്ക്കുന്നു! ഭീമൻ തുമ്പി താഴോട്ടു വരുന്നതിനനുസരിച്ച് പിറകോട്ട് നീങ്ങിയത് അറിഞ്ഞതേയില്ല. മദ്രസയില്ലായിരുന്നെങ്കിൽ ഇനിയും എത്രയോ ദൂരേക്ക് എത്തുമായിരുന്നു.

"ഇതെന്തു സാധനം?"

കിതപ്പടങ്ങിയപ്പോൾ കുഞ്ഞു ആരോടെന്നില്ലാതെ ചോദിച്ചു. പലതരം വാഹനങ്ങൾ കണ്ടിട്ടുണ്ട്, പറക്കുന്ന ഇങ്ങനെയൊന്നിനെപ്പറ്റി കേട്ടിട്ടു കൂടിയില്ല.

"ഹെലികോപ്റ്ററാണോ?"

"ഏയ്... അതിങ്ങനെയല്ല..." രവി പറഞ്ഞു.

ഓടിപ്പോയി ഉമ്മയെ വിളിച്ചാലോ എന്നാണ് പിങ്കി ആലോചിച്ചത്. പിന്നെ വേണ്ടെന്നു വെച്ചു. ഇത്തരം സന്ദർഭങ്ങളിൽ പേടിക്കാൻ പാടില്ല.

കുഞ്ഞു ഒരു കല്ലെടുത്തു ഒരേറു കൊടുത്തു. ണിം... തുമ്പിയുടെ ചിറകിൽകൊണ്ടു കല്ല് തെറിച്ചുപോയി. അതൊരു ലോഹതുമ്പിയാണെന്നു അവനു മനസ്സിലായി. ലോഹങ്ങളെപ്പറ്റി പ്രകാശൻ മാഷ് പറഞ്ഞു തന്നിട്ടുണ്ടല്ലോ...

അവർ അരിച്ചരിച്ച് അതിനടുത്തേക്ക് നീങ്ങി.

ആകാശത്തേക്ക്

പറന്നിറങ്ങുമ്പോൾ തുമ്പിയെന്നു കരുതിയെങ്കിലും അങ്ങനെയല്ല. ഓരോ ഭാഗത്തുനിന്നു നോക്കുമ്പോൾ ഓരോ മാതിരി.

"എടാ, ചിറകു കണ്ടോ? പൂങ്കോഴീടെ പോലെ!"

രവി കൗതുകപ്പെട്ടു. അടുത്തുചെന്ന് തൊട്ടുനോക്കാനും അവൻ ധൈര്യപ്പെട്ടു. പിറകെ കുഞ്ഞു ചെന്നു. അവൻ മുൻവശത്തു നിന്നു നോക്കി. വളഞ്ഞു കൂർത്ത കൊക്കു കണ്ടപ്പോൾ ചിരിവന്നു.

"ഇതെന്തു ചുണ്ട്?"

കുഞ്ഞു ആരോടെന്നില്ലാതെ ചോദിച്ചു. രവി അങ്ങോട്ടു ചെന്നു. അത്തരമൊരു ചുണ്ട് അവനും കണ്ടിട്ടില്ല.

പിങ്കി അടിഭാഗത്തേക്കാണ് നോക്കിയത്. അവൾ ചെറുതല്ലേ? മുകളിലെ വിശേഷങ്ങളൊന്നും കാണാനാവില്ല.

"ഇതിന്റെ കാലുകണ്ടോ? ഹൗ! എന്തൊരു വലുപ്പം!"

കുനിഞ്ഞു നോക്കി അവൾ വിളിച്ചുപറഞ്ഞു. ഒരു കാലേയുള്ളൂ എന്നും അവൾ കണ്ടെത്തി.

"അത് ഒട്ടകപ്പക്ഷിയുടെ കാലാണ്...." രവി പറഞ്ഞു.

"തന്നേ...!" പിങ്കി അതിശയത്തോടെ കണ്ണുമിഴിച്ചു.

"നീ ഒട്ടകപ്പക്ഷിയെ കണ്ടിട്ടുണ്ടോ?"

കുഞ്ഞു തർക്കിച്ചു.

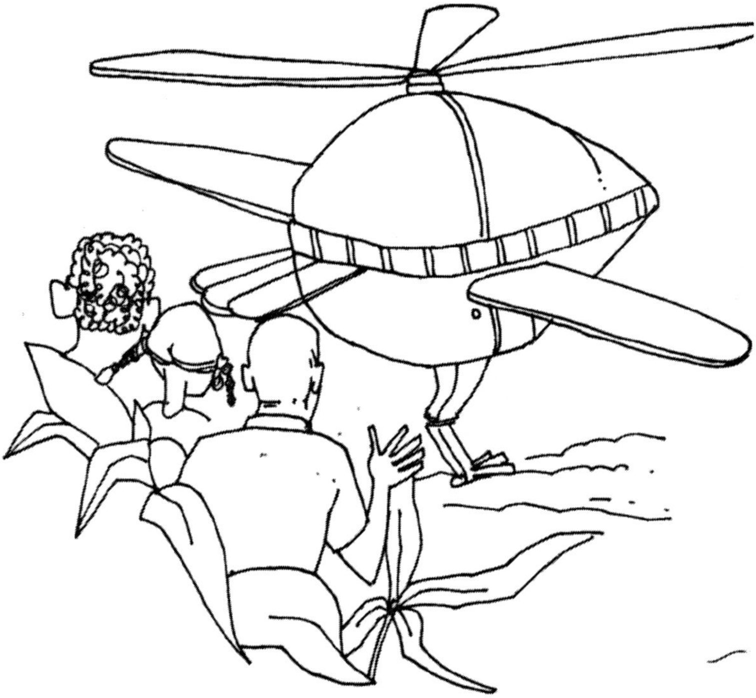

"പിന്നെ! എടാ, ഒമ്പതാം ക്ലാസിലെ പുസ്തകത്തിലേ ഒട്ടകപ്പക്ഷീടെ പടംണ്ട്."

അതോടെ കുഞ്ഞു പിൻവാങ്ങി. രവിയുടെ ചേച്ചി ഒമ്പതാം ക്ലാസിലാണ്. അവൻ പറഞ്ഞതു നേരാകണം.

മുകൾ വശത്ത് ഒരു കുട നിവർത്തി വെച്ചതുപോലെയാണ് തോന്നിയത്. ചിറകുകളുടെ മേലെ കുടയുടെ അറ്റം ചേർന്നു നില്ക്കുന്നതു കാണാം. അതിനു ചുവട്ടിൽ ഇത്തിരി സ്ഥലമൊക്കെയുണ്ട്.

"മ്മക്ക് കേറിയാലോ?"

കുഞ്ഞു ചോദിച്ചു. അതു കൊള്ളാമെന്ന് മറ്റുള്ളവർക്കും തോന്നി. എങ്ങനെ കയറും? നാലുപാടും ബാൽക്കണിയിൽ സ്റ്റീൽ കമ്പിക്കൊണ്ടു മറച്ചതുപോലെ മറച്ചിരിക്കുന്നു.

അവർ അതിനു ചുറ്റും നടന്നു. അകത്തു കയറാൻ വല്ല വഴിയുമുണ്ടോ എന്നു നോക്കിയാണ് നടപ്പ്. ഒരു വശത്ത് ചിറകിനടിയിൽ ലിവർപോലെ ഒന്ന് പിടിപ്പിച്ചത് കുഞ്ഞു കണ്ടു. രണ്ടും കല്പിച്ച് അവൻ അതിൽ പിടിച്ചു താഴ്ത്തി.

അത്ഭുതം! അവിടെ ഒരു വഴി തുറക്കപ്പെട്ടു. തീവണ്ടിയിൽ പടികൾ പോലെ മൂന്നാലു പടികൾ പിടിപ്പിച്ച വഴി.

ഒറ്റക്കുതിപ്പിന് കുഞ്ഞു മുകളിൽ കയറി.

"ഹായ് ഹായ്....!"

അവനു തുള്ളിച്ചാടാൻ തോന്നി. നിവർന്നു നില്ക്കാനിടമുണ്ട്. ചുറ്റിലുമുള്ള അഴികളിൽപ്പിടിച്ച് ആ വട്ടത്തിനുള്ളിൽ അവനൊന്നു ചുറ്റിയടിച്ചു.

പിറകെ രവിയും കയറിച്ചെന്നു. ആരെങ്കിലും ഇതൊക്കെ കാണുന്നുണ്ടോ എന്നാണ് അവൻ ആദ്യം പരിശോധിച്ചത്. കണ്ണെത്താവുന്ന അകലത്തിലൊന്നും ആരെയും കണ്ടില്ല.

അപ്പോൾ പിങ്കി പുറത്തുനിന്ന് ബഹളമുണ്ടാക്കാൻ തുടങ്ങി. അവൾക്കും അകത്തു കയറണം. ചെറിയ പേടിയുണ്ടു താനും.

"ങ്ട്ട് കേറിക്കോ പിങ്കൂട്ട്യേ.... പേടിക്കണ്ട."

കുനിഞ്ഞ് അവളുടെ നേരെ കൈനീട്ടി കുഞ്ഞു വിളിച്ചു. പിങ്കി പേടിയോടെ അകത്തു കയറി.

മൂന്നുപേരും ഉള്ള സ്ഥലത്ത് പരക്കം പാഞ്ഞു. എന്തു ചെയ്യണമെന്ന് ആർക്കും അറിഞ്ഞുകൂടാ. സന്തോഷം അടക്കിവെക്കാനും പറ്റുന്നില്ല.

"രണ്ടുമൂന്നാൾക്കുകൂടി കേറാം. ല്ലേ?"

പിങ്കി അത്ഭുതപ്പെട്ടു.

"മൂന്നൊന്ന്വല്ല." രവി ഉടനെ തിരുത്തി. "മ്മള് ബസിലും വണ്ടീലുമൊക്കെ കേറണതു നോക്കുമ്പം പത്താൾക്കെങ്കിലും ഇനീം കേറാം...."

അതുകേട്ട് കുഞ്ഞു ചിരിച്ചുപോയി.

"ഉമ്മാനെ വിളിച്ചാലോ?"

കുറച്ചുനേരം അങ്ങനെ നിന്നപ്പോൾ പിങ്കി ചോദിച്ചു. "നല്ല രസമായിരിക്കും..."

"വേണ്ട വേണ്ട..." കുഞ്ഞു തടഞ്ഞു.

"അതോടെ മ്മളെ കളീം നിക്കും. അതുവേണ്ട."

"അല്ലെങ്കിലും ഉമ്മാക്കതിൽ നിക്കാൻ കഴീല്ല പിങ്കൂട്ട്യേ." രവി അവളെ സമാധാനിപ്പിച്ചു: "തല മോളില് തട്ടും."

അതു ശരിയാണെന്ന് അവൾക്കും തോന്നി.

ഇതിനിടയിൽ കുഞ്ഞു ഒരു പണി ചെയ്തിരുന്നു. നേരത്തെ പിടിച്ചു താഴ്ത്തിയ ലിവർ മുകളിലേക്കുതന്നെ ഉയർത്തി. അതോടെ വാതിൽ അടയുകയും പടികൾ അപ്രത്യക്ഷമാവുകയും ചെയ്തു. ഇനി പേടിക്കാനില്ലെന്ന് അവനു തോന്നി. ചുറ്റിലും അവന്റെ കഴുത്തോളം പൊക്കത്തിൽ മറച്ചിട്ടുണ്ട്. അഴികൾക്കിടയിലൂടെ ചുറ്റിലും കാണുകയും ചെയ്യാം.

ഇത് എന്തുതരം വാഹനമെന്ന് അവന് ഒരു പിടിയും കിട്ടിയില്ല. താൻ പലതരം വണ്ടികളും ഉണ്ടാക്കിയിട്ടുണ്ട്. ഇതുപോലെ ഒന്നിനെ സങ്കല്പിക്കാൻ പോലും പറ്റിയിട്ടില്ല. ഒട്ടകപ്പക്ഷിയുടെ കാല്. കോഴിയുടെ ചിറകുകൾ. കഴുകന്റെ കണ്ണുകൾ. മേലെ നിവർത്തിവെച്ച കുടയും. അകത്തു കയറാൻ കോണിപ്പടികൾ. അതിന്റെ വാതിൽ തുറക്കുകയും അടയ്ക്കുകയും ചെയ്യാം.

ഒരു വശത്തേക്ക് നീങ്ങിനിന്ന് മുകളിലെ കുടയുടെ ഭംഗി നോക്കുകയാണ് കുഞ്ഞു. തിളങ്ങുന്ന അലുമിനിയം കൊണ്ടാണ് നിർമ്മാണം. അതിന്റെ മുകളിലാണ് കറങ്ങുന്ന പങ്കയുള്ളത്. പറന്നിറങ്ങുമ്പോൾ പങ്ക കറങ്ങുന്നതു കണ്ടതാണ്. അന്നേരം ഒട്ടകപ്പക്ഷിയുടെ കാല് കണ്ടില്ലല്ലോ എന്ന് അവൻ ഓർത്തു. അതെപ്പോഴാണ് പുറത്തേക്കു വന്നത്. വിമാനം നിലത്തിറങ്ങാൻ നേരം ചക്രങ്ങൾ പുറത്തേക്കു വരുമെന്നു പഠിച്ചിട്ടുണ്ട്. അതുപോലെയായിരിക്കും ഇതും.

രവിയും പിങ്കിയും ചുറ്റിനുമുള്ള അഴികൾ എണ്ണിതിട്ടപ്പെടുത്തുന്ന തിരക്കിലാണ്. അടുത്തടുത്താണ് അഴികൾ പിടിപ്പിച്ചിരിക്കുന്നത്. കഷ്ടിച്ച് കൈ പുറത്തേക്കിടാം. അതും തടിച്ച കൈയാണെങ്കിൽ പറ്റില്ല.

"ഇരുപത്..." വീതികൂടിയ വശത്ത് അഴികൾ എണ്ണി രവി

പറഞ്ഞു.

അപ്പോഴേക്കും മറുവശത്ത് പിങ്കിയും എണ്ണിത്തീർന്നിട്ടുണ്ട്. “പതിനാറ്....”

“അപ്പോ ആകെ എത്രയായി?”

രവി ചോദിച്ചു. പിങ്കി വാ തുറന്നുനിന്നുപോയി. അവൾ രണ്ടാം ക്ലാസുകാരിയല്ലേ! അത്ര വലിയ കണക്ക് അവളോടു ചോദിക്കാൻ പാടുണ്ടോ?

രവി തന്നെ കണക്കുകൂട്ടി.

“എഴുപത്തിരണ്ട്....!” കുറച്ചുനേരം തലപുകച്ചതിനുശേഷം അവൻ പറഞ്ഞു. ഇത്ര വലിയ കണക്ക് മനക്കണക്കായി കൂട്ടി പറഞ്ഞതുകൊണ്ട് പിങ്കിക്കു കൊതി തോന്നിപ്പോയി.

‘ഞാനും ഇതൊക്കെ പഠിക്കും.’ അവൾ മനസ്സിൽ പറഞ്ഞു കാണും.

അപ്പോൾ തെക്കുനിന്ന് നല്ലൊരു കാറ്റുവന്നു. മാവിന്റെ കൊമ്പുകൾ ആടിയുലഞ്ഞു. വലിയ ശബ്ദത്തോടെ ഒരു മാങ്ങ വണ്ടിയുടെ മുകളിൽ വീണു. കുട ഒന്നു വിറച്ചു.

പിങ്കി പേടിച്ചു പോയി. അവൾ കൈവരിയിൽ മുറുക്കിപ്പിടിച്ചു.

“പേടിക്കണ്ട പിങ്കൂട്ട്യേ...”

കുഞ്ഞു അവളെ സമാധാനിപ്പിച്ചു.

കുറെ മാങ്ങകൾ പുറത്തും വീണിട്ടുണ്ട്. വണ്ടിയിൽനിന്നു ചാടാൻ നോക്കുകയാണ് രവി.

എങ്ങനെ ചാടും? ചുറ്റിലും ഉറപ്പുള്ള കൈവരിയല്ലേ!

“കുഞ്ഞു, മാങ്ങ പെറുക്കി വന്നാലോ?” അവൻ ധൃതിപ്പെട്ടു.

“മാങ്ങ അവിടെ നിക്കട്ടെ. ആരും വന്നെടുക്കൂല....”

കുഞ്ഞു വണ്ടിയുടെ ഭംഗി ആസ്വദിക്കുകയാണ്. ഓരോ ഭാഗവും തൊട്ടും തലോടിയും നടക്കുകയാണ്.

ഇതെങ്ങനെയാണ് ഇത്രയും നേരം പറന്നത്? ആരാണിത് നിർത്തിയത്, ആളില്ലാതെ എങ്ങനെയിത് പറക്കുന്നു? നൂറുകൂട്ടം ചോദ്യങ്ങളാണ് അവന്റെയുള്ളിൽ മുളപൊട്ടുന്നത്. ആരോടു ചോദിക്കും. ചുറ്റുവട്ടത്തൊന്നും ഒരാളുമില്ല. മദ്രസയിൽ ആരെ

ങ്കിലും വരണമെങ്കിൽ വൈകുന്നേരമാകണം. രാത്രിയാണ് അവിടെ പഠിപ്പ്.

അവനങ്ങനെ ഓരോന്നു ചിന്തിച്ചു നില്ക്കെ, വണ്ടിയുടെ മുകളിൽനിന്ന് ചെറിയ മൂളൽ. മൂവരും മുകളിലേക്കു നോക്കി. കുടയുടെ മുകളിൽ നിന്നാണ് ശബ്ദം. ഒന്നും കാണാൻ വയ്യ.

മൂളലിന്റെ ശബ്ദം കൂടിക്കൂടി വന്നു. വണ്ടി വിറയ്ക്കാൻ തുടങ്ങി.

"മുകളിലെ പങ്ക കറങ്ങുന്നതാണ്...."

കുഞ്ഞു പറഞ്ഞു. അവനു പേടിയായി. ഇതെങ്ങാനും പൊങ്ങിയാലോ?

"നമുക്കു പുറത്തിറങ്ങാം." രവി പേടിയോടെ പറഞ്ഞു. പിങ്കിയും കരച്ചിലിന്റെ വക്കിലാണ്. കുഞ്ഞു കുനിഞ്ഞ് ലിവറിൽ പിടിച്ചു താഴ്ത്താൻ ഒരു ശ്രമം നടത്തി. അപ്പോഴേക്കും...

അയ്യോ... വണ്ടി നിലം വിട്ടുയർന്നു.

"ഉമ്മാ..." പിങ്കി ചങ്കുപൊട്ടി നിലവിളിച്ചു. അവരിരുവരും കൈകൾ കോർത്തുപിടിച്ച് അവളെ അതിനകത്താക്കി. അപ്പോഴേക്കും വാഹനം ഉയർന്ന് മാവിന്റെ പകുതിയോളം പൊക്കത്തിലെത്തിക്കഴിഞ്ഞു....

പണ്ടാരവണ്ടി

ലോകം മുഴുവൻ കുലുങ്ങുന്ന മട്ടിൽ, വലിയ വായിൽ പിങ്കി നിലവിളിച്ചു. കുറച്ചു കഴിഞ്ഞപ്പോഴാണ് അവൾക്കു മനസ്സിലായത്, കരച്ചിലിന് ഒട്ടും ഒച്ചയില്ല. താൻതന്നെ കേൾക്കുന്നില്ല. വാ തുറന്നു പിടിച്ചു എന്നല്ലാതെ ശബ്ദം പുറത്തു വരുന്നില്ല.

ഭൂമിയിൽനിന്ന് ഉയർന്നാൽ ഇങ്ങനെയാകുമോ? ഒരു നിമിഷം അവൾ സംശയിച്ചു. അപ്പോൾ പേടിയല്ല, വലിയ കൗതുകമാണുണ്ടായത്. അതായിരിക്കും മരത്തിന്റെ മുകളിൽ കയറുന്നവർ മിണ്ടാത്തത്. തേങ്ങവലിക്കാൻ വരുന്ന കണാരച്ഛനോട് എന്തെല്ലാം ചോദിക്കുന്നതാണ്! ഒന്നും പറയില്ല. ഉമ്മ മുറ്റത്തിറങ്ങിനിന്ന് വല്ലതും പറഞ്ഞാൽത്തന്നെ ഓ... എന്നു മാത്രമേ പറയൂ.

പിങ്കി വായടച്ചു. അവൾക്കു ചെറുതായി തലകറക്കം വന്നു. അഴി പിടിച്ചുകൊണ്ട് താഴെയിരുന്നു.

കുഞ്ഞുവും രവിയും അഴികളിൽ മാറിമാറി പിടിച്ചുകൊണ്ട് ചുറ്റിയടിക്കുകയാണ്. അവർക്കു പേടിയില്ല.

വാഹനം മാവിന്റെ മുകളിലെത്തിയപ്പോൾ ഒന്നുനിന്നു.

പിന്നെ നേരെ കീഴോട്ടു നീങ്ങി. വളരെ പതുക്കെയാണ് പോകുന്നതെന്ന് കുഞ്ഞുവിനു തോന്നി. അവൻ നേരെ താഴെ എന്താണു കാണുന്നതെന്ന് നോക്കാൻ ശ്രമിച്ചു. ഏതാണ്ട് മദ്രസയുടെ നേരെ മുകളിലാണ്. മുറ്റത്തോടു ചേർന്നുള്ള ചെറിയ കുളം കാണാനുണ്ട്.

രവി എതിർവശത്താണ്. അവൻ പിറകിലെ കാഴ്ചകളാണ് നോക്കുന്നത്. അവിടെയാണല്ലോ സ്കൂളുള്ളത്! ഇത്ര മുകളിൽ നിന്നു നോക്കിയാൽ സ്കൂൾ വ്യക്തമായി കാണേണ്ടതാണ്.

“സ്കൂളു കാണാനുണ്ടോ?”

തിരിയാതെ തന്നെ കുഞ്ഞു ചോദിച്ചു.

“പിന്നേ...!” രവി ആവേശത്തിലാണ്. “സ്കൂളും പാറമ്മലങ്ങാടി മുഴോനും കാണാം...”

അല്പനേരംകൊണ്ട് പങ്കയുടെ മൂളലുമായി അവർ പൊരുത്തപ്പെട്ടു കഴിഞ്ഞു. അങ്ങനെയൊരു ശബ്ദം പിന്തുടരുന്നതു പോലും മറന്നുപോയി.

“എനിക്ക് ഇവിടിരുന്നാലും കാണാലോ...!”

പേടിയില്ലെന്ന് അവൾ സ്വയം വിശ്വസിപ്പിച്ചു. ഇപ്പോൾ ഒട്ടു കുലുങ്ങുമെന്നാണ് കരുതിയത്. അതൊന്നുമില്ല. കണ്ണടച്ചുപിടിച്ചാൽ ഒരിടത്ത് അനങ്ങാതെ നില്ക്കുകയാണെന്നേ തോന്നൂ.

"പിങ്കൂട്ടി എന്താ കാണണേ?"

രവി തിരിഞ്ഞുനോക്കി ചോദിച്ചു.

"ദോ... അവിടെ ഒരു കുന്ന്...."

അവൾ കൈവിരൽ ചൂണ്ടി പറഞ്ഞു. ശരിയാണ്. കാഞ്ഞിരക്കുന്ന്. രവി തെക്കോട്ടു തല തിരിച്ചു. എന്തുരസം! കാഞ്ഞിരക്കുന്നിന്റെ നേരെ നില്ക്കുന്നു. ഒരിക്കൽ അച്ഛന്റെ കൂടെ കാഞ്ഞിരക്കുന്നിന്റെ അപ്പുറത്തുള്ള കാവിൽ ഉത്സവം കാണാൻ പോയ കഥ അവൻ പറഞ്ഞു. എത്ര നേരം കൊണ്ടാണ് അന്ന് കുന്നു കയറിത്തീർത്തത്. മുകളിലെത്തിയപ്പോൾ കിതച്ചു പോയത്രേ. കാലിന്റെ മുട്ടുകൾ നന്നായി വേദനിക്കുകയും ചെയ്തു. ഉത്സവം കഴിഞ്ഞു മടങ്ങിയത് വേറെ ഏതോ വഴിക്കാണ്.

"രാത്രീല് ആ കുന്ന് കേറാനോ? നല്ല കഥ!"

വേറെ വഴിക്കു മടങ്ങുന്നതെന്തെന്നു ചോദിച്ചതിന് അച്ഛന്റെ മറുപടി അതായിരുന്നുപോലും.

കുന്നിന്റെ പള്ള തുറന്നിട്ടുണ്ട്. പച്ചപ്പിനിടയിൽ അവിടവിടെ കടും ചുവപ്പ്. കല്ലുവെട്ടുന്നതാകും. അല്ലെങ്കിൽ ഓർമ്മയാകും. കുഞ്ഞു നെടുവീർപ്പിട്ടു. പരിസ്ഥിതി നശീകരണത്തെപ്പറ്റി സുഹ്റ ടീച്ചർ പറഞ്ഞതു കേട്ടപ്പോൾ തലകറക്കം വന്നതാണ്.

''ഇങ്ങനെ പോയാൽ അടുത്ത തലമുറ എങ്ങനെ ജീവിക്കും?" ഒടുവിൽ ടീച്ചർ ക്ലാസിനോടായി ചോദിച്ചു. ആരും ഒന്നും പറഞ്ഞില്ല. എന്തു പറയണമെന്ന് ആർക്കും എത്തും പിടിയും കിട്ടിയില്ല.

"കണ്ടറിയണം മക്കളേ...!" ഒടുവിൽ ടീച്ചർ പറഞ്ഞു.

"ദാ, ഉമ്മ മുറ്റത്ത് നിക്കണ്..."

പെട്ടെന്ന് കുഞ്ഞു വിളിച്ചുകൂവി. അതു കാണാൻ പിങ്കിയും ഒരു ശ്രമം നടത്തി. അവൾക്ക് ഒന്നും കാണാനായില്ല. അഴി

കൾക്കു മുകളിലൂടെ അവൾക്കു നോക്കാൻ കഴിയില്ലല്ലോ. എവിടെ എവിടെ എന്ന് അവൾ വെപ്രാളപ്പെട്ടു.

"അകത്തേക്കു കയറിപ്പോയി...." കുഞ്ഞു പറഞ്ഞു. അവൻതന്നെ വളരെ വിഷമിച്ചാണ് ഉമ്മയെ കണ്ടത്.

വാഹനം കുറെ മുമ്പിലേക്കു നീങ്ങിയിട്ടുണ്ട്. വീട് കാഴ്ചയിൽനിന്നു മറയുന്നത് കുഞ്ഞു പുറപ്പെടുവിക്കുന്ന ശബ്ദങ്ങളിൽ നിന്നറിയാം.

"ഉമ്മ നമ്മളെ തിരഞ്ഞു നടക്കൂലേ പിങ്കൂട്ട്യേ....?"

കുഞ്ഞു ആശങ്കപ്പെട്ടു. അവൾക്കും അങ്ങനെ തോന്നുന്നുണ്ട്.

"മാഞ്ചോട്ടിലാണെന്നു വിചാരിച്ചോളും...." പിങ്കി സ്വയം സമാധാനിച്ചു. ഒഴിവു ദിവസങ്ങളിൽ അതാണല്ലോ പതിവ്. മദ്രസയിൽനിന്ന് വൈകുന്നേരത്തെ ബെല്ലടി കേൾക്കുമ്പോഴാണ് ഉമ്മ സമയത്തെപ്പറ്റി ഓർക്കുക. ഉടനെ മുറ്റത്തിണ്ടിൽ വന്നുനിന്ന് നീട്ടി വിളിക്കും.

ആദ്യം കുഞ്ഞോ്വാ... എന്നാണു വിളിക്കുക. തൊട്ടുപിറകെ പിങ്കൂട്ട്യേ... എന്നു വിളിക്കും. ആദ്യത്തെ വിളിക്കുതന്നെ ഇരുവരും വാണംവിട്ടപോലെ ഓടിയെത്തിയിട്ടുണ്ടാവും. മുസ്ല്യാരു വരുന്നതു കണ്ടെങ്കിൽ പിന്നെ ബെല്ലടിക്കു കാത്തു നില്ക്കാതെ നടത്തം തുടങ്ങും.

ഇനി സമയമെത്രയുണ്ട്!

കുഞ്ഞുവും ആശ്വസിച്ചു. രണ്ടു മണിക്കൂർ എന്തായാലുമുണ്ടാകും.

വാഹനം മുന്നോട്ടു നീങ്ങുകയാണ്.

പെട്ടെന്ന് രവി ആകെ തളർന്ന മട്ടിൽ താഴെയിരുന്നു. അവന് കൈകാലുകൾ കുഴയുന്നതുപോലെ തോന്നുന്നുണ്ടത്രേ.

"എന്തേടോ?"

കുഞ്ഞു അടുത്തിരുന്നിട്ടു ചോദിച്ചു.

രവി അവന്റെ തോളിൽ പിടിച്ചമർത്തി പേടിയോടെ

ചോദിച്ചു: "ഈ പണ്ടാരവണ്ടി എങ്ങട്ടാ പോണേ?"

ഒരു മിന്നൽ ഉള്ളിലൂടെ കടന്നുപോയതുപോലെ കുഞ്ഞു ഒന്നു വിറച്ചു.

എന്തു പറയും? ഒന്നും ഓർക്കാതെ കാഴ്ച കണ്ടങ്ങനെ നില്ക്കുകയാണ്. എത്രയോ മുകളിൽ ഏതോ ഒരു വണ്ടിയിൽ...

ഇതെവിടെ നില്ക്കും! എങ്ങനെ താഴെയിറങ്ങും? ഒന്നും അറിയില്ല. അവനും കരച്ചിൽ വന്നു. കണ്ണുമിഴിച്ച് വാ തുറന്ന്... അവൻ ഒച്ചവെയ്ക്കുമെന്നു തോന്നിയപ്പോൾ രവി ഇരുകൈകൾ കൊണ്ടും തടഞ്ഞു. പിന്നെ കണ്ണുകൊണ്ട് പിങ്കുവിലേക്ക് അവന്റെ ശ്രദ്ധ ക്ഷണിച്ചു. അവൾ വിദൂരതയിലേക്ക് നോക്കി. എല്ലാം മറന്നു നില്ക്കുകയാണ്. മുതിർന്നവർ പേടിച്ചാൽ അവ ളുടെ സ്ഥിതിയെന്താകും? രവി ചോദിക്കാതെ തന്നെ ഈ ചോദ്യം കുഞ്ഞുവിന്റെ ഉള്ളിൽ പൊങ്ങിവന്നു.

വാഹനം നീങ്ങുകയാണ്. എവിടെ ഇറങ്ങുമെന്ന് ഒരു പിടി യുമില്ല. എവിടെയെങ്കിലും ഇറങ്ങിയാൽത്തന്നെ തിരിച്ച് വീട്ടി ലെത്തുന്നതെങ്ങനെ?

കുഞ്ഞുവിന് ആകെ വെപ്രാളമായി. കിഴക്കോട്ട് അധികം പോയിട്ടില്ല. വട്ടങ്ങാടിയിൽ ഫുട്ബോൾ മത്സരം കാണാൻ ഒന്നുരണ്ടു തവണ പോയിട്ടുണ്ട്. വേനൽക്കാലത്ത് പാടത്തു ണ്ടാക്കുന്ന ഗ്രൗണ്ടിൽ എല്ലാ കൊല്ലവും അവിടെ മത്സരം നടക്കും. ഒരുപാടാളുകളുടെ കൂടെ പോയതാണ്. പാറമ്മലങ്ങാ ടിയുടെ ടീം മത്സരിക്കുമ്പോഴാണ് പോയത്. അവരെല്ലാംകൂടി ഒച്ചയും ബഹളവുമായി ആഘോഷമായി പോയപ്പോൾ കൂടെ പോകാൻ ഉമ്മ അനുവാദം തന്നു. മത്സരം കഴിഞ്ഞ് അവരോ ടൊപ്പം തന്നെ തിരിച്ചുപോന്നു.

"കിഴക്കോട്ടല്ലേ പോണത്. പേടിക്കണ്ട..." കുഞ്ഞുവിന്റെ ആശങ്ക മനസ്സിലായപ്പോൾ രവി പറഞ്ഞു.

"കിഴക്കോട്ട് എത്ര പോയാലും പ്രശ്നമില്ല..."

കുഞ്ഞുവിന് ഒന്നും മനസ്സിലായില്ല. ഇവന് അവിടെ ആരാ

ണ്ടുള്ളത്!

"എടാ മണ്ടാ, ന്റെ അമ്മാവന്റെ വീട് വട്ടങ്ങാടി കഴിഞ്ഞിട്ടല്ലേ!"

രവി ചിരിച്ചു. അതു കേട്ടപ്പോൾ കുഞ്ഞുവിന് ആശ്വാസമായി.

"തന്നേ...!" വിശ്വാസം വരാത്ത മട്ടിൽ അവൻ ചോദിച്ചു.

"ഉം... അവിടെ നാലഞ്ചു വീടുകളുണ്ട്. അമ്മാവന്മാരൊക്കെ അടുത്തത്തടുത്താ താമസം...."

രവി ഗമയിൽ എണീറ്റു. അവൻ താഴേക്കു നോക്കി. വാഹനം ഇനിയും കുറേനേരം സഞ്ചരിച്ചാലേ വട്ടങ്ങാടിയുടെ മുകളിലെത്തൂ.

നാടുകാണിക്കുന്ന്

ചുവന്ന നാടപോലെ നീണ്ടുനിവർന്ന് കിടക്കുന്ന നിരത്ത്. ആരൊക്കെയോ അങ്ങുമിങ്ങും നടക്കുന്നുണ്ട്. ഒരാളെയും തിരിച്ചറിയാൻ കഴിയുന്നില്ല. മുകളിൽനിന്നു കാണുമ്പോൾ മനുഷ്യൻ ചെറിയൊരു കുരങ്ങിനെപ്പോലെ – കുഞ്ഞു വിചാരിച്ചു. കൈവീശുന്നതോ കാലെടുത്തുവെക്കുന്നതോ ഒന്നും കാണാനില്ല. ആമയെപ്പോലെ മുന്നോട്ട് നിരങ്ങിനീങ്ങുന്നു!

അടുത്തകാലം വരെ ഉയരമുള്ള നടവരമ്പായിരുന്നു. എല്ലാക്കൊല്ലവും മഴക്കാലമായാൽ ഇരുവശത്തുനിന്നും ചളി ചെത്തിയെടുത്തു വരമ്പിനു കട്ടികൂട്ടി. വരമ്പിനു വീതിയും ഉയരവും വരും. കുറെ ദിവസത്തിന് അതിലൂടെ നടക്കാൻ പ്രയാസമാകും. വെള്ളം വലിഞ്ഞ് ഉറച്ചാൽ പുതിയ പെയിന്റടിച്ചപോലെ തിളക്കം കൂടുകയും ചെയ്യും. ഇടതടവില്ലാതെ കിഴക്കോട്ടും പടിഞ്ഞാട്ടും ആളുകൾ പൊയ്ക്കൊണ്ടിരുന്ന വരമ്പിന് ആനവരമ്പ് എന്നായിരുന്നു പേര്. കോട്ടയിലെ അമ്പലത്തിൽ ഉത്സവത്തിന് ആനവരുന്ന വരമ്പായതിനാലാണ് അങ്ങനെ പേരുവന്നത്.

"ആനവരമ്പത്തീന്നാ ഞാൻ സൈക്കിള് പഠിച്ചത്...."!

ഒരുദിവസം ഉപ്പ പറഞ്ഞത് കുഞ്ഞു ഓർത്തു. വലിയ സ്പീഡിൽ ആനവരമ്പിലൂടെ സൈക്കിളോടിച്ച ഒരുപാടു

പേരുണ്ട്. അപ്പോൾ നടത്തക്കാർ ഒരു വശത്തേക്ക് ഒതുങ്ങി നില്ക്കും.

ആനവരമ്പാണ് നാട്ടുകാരുടെ നിരത്തിനുവേണ്ടിയുള്ള മുറ വിളിയായി തട്ടിനിരത്തി ഇങ്ങനെയായത്. ഏതോ കുന്ന് ഇടി ച്ചുകൊണ്ടുവന്ന ചുവന്ന മണ്ണാണ് അതിനു മുകളിൽ നിരത്തി യത്. ഇപ്പോൾ മഴക്കാലമായാൽ നടക്കാൻ പ്രയാസമായി. ചളി വെള്ളം നീന്തിവേണം സ്കൂളിൽ പോകാൻ. ഇതിനേക്കാൾ നല്ലത് വരമ്പായിരുന്നു എന്ന അഭിപ്രായക്കാരാണ് കൂടുതലും.

ചെറിയൊരു രൂപം കിഴക്കോട്ട് വേഗത്തിൽ നീങ്ങുന്നു ണ്ടല്ലോ. ഓടുകയാണെന്നല്ല, ചരടിൽ കെട്ടി ആരോ വലിച്ചു കൊണ്ടുപോവുകയാണെന്നേ തോന്നൂ. പട്ടം മുന്നോട്ടു കുതിക്കുന്നതുപോലെ. എന്തോ അത്യാവശ്യത്തിന് വട്ടത്താടി യിലേക്ക് ഓടുകയാണ്. വീട്ടിൽ വിരുന്നുകാർ വന്നുകാണും. കുഞ്ഞുവിന് ചിരിവന്നു. ഉമ്മയുടെ വീട്ടിൽനിന്ന് ആരെങ്കിലും വന്നാൽ താൻ ഇതുപോലെ ഓടാറുണ്ടല്ലോ, രായികാക്കയുടെ പീടികയിലേക്ക്.

"ടാ... കുഞ്ഞ്വോ..."

രവിയുടെ വിളിയിൽ എന്തോ പന്തികേടുണ്ടെന്ന് പെട്ടെന്നു തിരിച്ചറിഞ്ഞ് അവൻ തിരിഞ്ഞുനോക്കി. മുകളിലേക്കും താഴേക്കും മാറിമാറി നോക്കിയശേഷം രവി ആശങ്കയോടെ ചോദിക്കുന്നു: "സ്പീഡ് കുറഞ്ഞോ?"

നേരാണല്ലോ. വണ്ടിയുടെ സ്പീഡ് കുറഞ്ഞിട്ടുണ്ട്. മുട്ടു കുത്തിയിരുന്ന് അഴികൾക്കിടയിലൂടെ അകലേക്കു നോക്കുന്ന പിങ്കി ഒന്നും അറിയുന്നില്ല.

വേഗത വളരെ കുറഞ്ഞു. കുഞ്ഞുവും രവിയും പരസ്പരം നോക്കി. അപ്പോൾ അവരെ അത്ഭുതപ്പെടുത്തിക്കൊണ്ട് വാഹനം അല്പം ഇടത്തോട്ടു തിരിഞ്ഞു. വട്ടങ്ങാടിയിലേക്ക് രവി പാളിനോക്കി. അവിടെ വലിയ ആൾക്കൂട്ടം നില്ക്കുന്നു. അവരൊക്കെ മുകളിലേക്കു നോക്കി കൈവീശുന്നുണ്ട്.

അല്പം ഇടത്തോട്ടു തിരിഞ്ഞ വാഹനം വടക്കു കിഴക്കേ മൂലയിലേക്കു നീങ്ങുകയാണ്.

"അപ്പോൾ വട്ടങ്ങാടിക്കല്ല..."

രവി ആരോടെന്നില്ലാതെ പറഞ്ഞു. കുഞ്ഞു കണ്ണുതുറിച്ചു നോക്കുകയാണ്.

"പടച്ചോനേ..." രവി വിളിച്ചുപോയി.

"പടച്ചോനേ..." കുഞ്ഞു അതേറ്റു പറഞ്ഞു.

"ഹായ്! ഇതു തിരിഞ്ഞല്ലോ....!" പിങ്കി തലവെട്ടിച്ച് കുഞ്ഞുവിനെ നോക്കി. അവന്റെ ഭാവം കണ്ടപ്പോൾ തിരിഞ്ഞ് രവിയെ നോക്കി.

എന്തോ പന്തികേടുണ്ട്. അവൾ എണീറ്റുനിന്നു.

"ഇതെങ്ങോട്ടാ പോണേ?"

രണ്ടു പേരോടുമായി പിങ്കി ചോദിച്ചു. ആദ്യമായാണ് അവൾ

അങ്ങനെ ചോദിക്കുന്നത്. മുതിർന്നവർക്കിടയിൽ ആശങ്കയില്ലാതെ ഇതുവരെ കഴിഞ്ഞുകൂടിയശേഷം ഇപ്പോൾ ഇതെങ്ങോട്ടാണു പോകുന്നതെന്നു ചോദിക്കുന്നു. അവർക്കെന്തെങ്കിലും പറയാൻ കഴിയുമോ.

അവൾ കുഞ്ഞുവിന്റെ കൈയിൽ കടന്നുപിടിച്ചു.

"ഇക്കാ, ഇതെങ്ങട്ടാ പോണേ?"

അവൻ ഒന്നു പതറി. രവിയെ നോക്കി. കാര്യം പന്തികേടാവുമെന്ന് രവിക്കു തോന്നിയിട്ടുണ്ട്. ധൈര്യമവലംബിച്ച് അവൻ ദൂരേക്കു കൈചൂണ്ടിയിട്ടു പറഞ്ഞു: "ദോ കണ്ടോ? അതാണ് നാടുകാണിക്കുന്ന്. അങ്ങോട്ടാണ് വണ്ടി പോണത്. നമുക്ക് നാടുകാണിക്കുന്നിലിറങ്ങാം."

കുഞ്ഞുവും പിങ്കിയും നോക്കി. ആകാശത്തോളം ഉയർന്നു നില്ക്കുന്ന എമണ്ടൻ കുന്ന്. അതാണോ നാടുകാണിക്കുന്നെന്ന് കുഞ്ഞു വിസ്മയം കൊണ്ടു. പലതവണ കേട്ടിട്ടുണ്ട്. അതിന്റെ മുകളിൽനിന്നു നോക്കിയാൽ അറബിക്കടൽ കാണാമത്രേ. നാട്ടിലെ ഏറ്റവും ഉയരമുള്ള കുന്നാണ്. ഒഴിവുദിവസങ്ങളിൽ കുന്നുകയറാനെന്നും പറഞ്ഞ് പലരും പോകാറുമുണ്ട്.

"ഹായ്! നല്ല രസായിരിക്കും. ല്ലേ...?"

പിങ്കി ചിരിച്ചു. അവൾക്കു സമാധാനമായിട്ടുണ്ട്. കുഞ്ഞുവിന് പക്ഷേ, ആശങ്ക വർദ്ധിക്കുകയാണുണ്ടായത്. നാടുകാണിക്കുന്നെന്ന് പറഞ്ഞെങ്കിലും ഇത് അങ്ങോട്ടാണു പോകുന്നതെന്ന് എന്താണുറപ്പ്? ഇനി ആണെങ്കിൽത്തന്നെ അത് വളരെ ദൂരെയാണ്. അതിരാവിലെയാണ് അങ്ങോട്ട് ആളുകൾ പോകാറുള്ളത്. മടങ്ങിയെത്തുമ്പോൾ രാത്രിയാകുമെന്നും കേട്ടിട്ടുണ്ട്. ഇതിപ്പോൾ സമയം വൈകുന്നേരമായി. ഇരുട്ടായാൽ നാടുകാണിയിൽനിന്ന് എങ്ങനെമടങ്ങും? ആർക്കാണ് വഴിയറിയുക? അതിനു ചുറ്റും കാടല്ലേ? കുന്ന് കയറാൻ പോയവരൊക്കെ ഇപ്പോൾ തന്നെ മടങ്ങിക്കാണില്ലേ?

ആലോചന കാടുകയറിയപ്പോൾ എത്തും പിടിയും കിട്ടാതായി. അവൻ തലവെട്ടിച്ച് അങ്ങാടിയിലേക്ക് നോക്കി. ഇപ്പോൾ ആൾക്കൂട്ടം ഒന്നുകൂടി വലുതായിട്ടുണ്ട്. പലരും തുണി വീശി

കാണിക്കുന്നു. ഒച്ചപ്പാടിന്റെ നേർത്ത അല കാതിൽ പതിയുന്നുണ്ടോ?

വാഹനത്തിനു വേഗത കൂടി. പഴയമട്ടിൽ മുകളിൽനിന്നുള്ള... പങ്കയുടെ ശബ്ദം കേൾക്കാറായി.

"തിരിയുമ്പോൾ സ്പീഡ് കുറയാണ്...."

കൗതുകത്തോടെ കുഞ്ഞു പറഞ്ഞു.

"അതിപ്പോ... റോട്ടിലും അങ്ങനെയല്ലേ...?"

രവി ചോദിച്ചു. ശരിയാണല്ലോ. വളവു വന്നാൽ എത്ര വേഗത്തിലോടുന്ന വണ്ടിയും ഒന്നു പതുക്കെയാവും.

"വിമാനവും ഇങ്ങനെയാണോ?"

പിങ്കിയുടെ സംശയമാണ്. ആർക്കറിയാം. ആരാണ് വിമാനത്തിൽ പോയിട്ടുള്ളത്! അടുത്തുനിന്നൊന്നു കണ്ടിട്ടു കൂടിയില്ല. വല്ലപ്പോഴും ആകാശത്തേക്കു നോക്കി വാ പൊളിച്ചു നിന്നതല്ലാതെ വിമാനവുമായി ആർക്കും ഒരു ബന്ധവുമില്ല.

"ഉം... ഇങ്ങനെ തന്നെയാകും..."

കുറച്ചുനേരം ആലോചിച്ചിട്ട് രവി പറഞ്ഞു:

"വായുവിലാണെങ്കിലും തിരിയാൻ പാടല്ലേ?"

അതു പറഞ്ഞ് അവൻ കുഞ്ഞുവിനെ നോക്കി. അതെയതെ എന്നു പറയുന്ന മട്ടിൽ കുഞ്ഞു തലയാട്ടിയപ്പോൾ സമാധാനമായി. പറഞ്ഞതു തെറ്റിയിട്ടില്ലല്ലോ.

വാഹനം ഇപ്പോൾ പാടത്തിനു മുകളിൽനിന്നു നീങ്ങിക്കഴിഞ്ഞു. വട്ടങ്ങാടിയുടെ പിറകിൽ മറഞ്ഞിരിക്കുന്ന കിഴക്കോട്ടു നീണ്ടു കിടക്കുന്ന നിരത്തും ഏറക്കുറെ അപ്രത്യക്ഷമായി. ഇപ്പോൾ താഴെ പച്ചപ്പല്ലാതെ ഒന്നും കാണുന്നില്ല. തെങ്ങിൻ തോട്ടങ്ങളാണ്. ചിലപ്പോൾ വാഴത്തോട്ടങ്ങളും കാണാം. വേർതിരിച്ചറിയുന്നില്ല. വെയിൽ മങ്ങുകയാണ്.

കാറ്റിനു തണുപ്പുണ്ടോ? കുഞ്ഞുവിനു സംശയമായി. ചെറിയ കുളിരുപോലെ. അവൻ ചുറ്റുംനോക്കി. മഴക്കാറുള്ളതു പോലെ. ദൈവമേ! മഴ പെയ്യുമോ? മഴ പെയ്താൽ എന്തു ചെയ്യും? അപ്പോൾ ഈ വാഹനം എങ്ങനെ ചലിക്കും?

ഒരുപാടു പുതിയ സംശയങ്ങൾ അവനെ പൊതിഞ്ഞു.

ഒന്നും പുറത്തുപറയാതെ താഴേക്കു നോക്കിക്കൊണ്ടു നിന്നു. ആരോടാണ് സംശയങ്ങൾ ചോദിക്കുക! രവിക്ക് ഇതു വല്ലതും അറിയുമോ?

നാടുകാണിക്കുന്നിലേക്കല്ല പോകുന്നതെന്ന് മനസ്സിലായപ്പോൾ കുഞ്ഞു ഒച്ചവെച്ചു.

“ഇതങ്ങട്ടല്ല പോണത്. കണ്ടോ?”

ശരിയാണ്. കുന്ന് എത്രയോ അകലെ കിഴക്കുഭാഗത്താണ്. വാഹനം വടക്കോട്ടാണ് നീങ്ങുന്നത്. അവർ അമ്പരന്നങ്ങനെ നില്ക്കുമ്പോൾ അകലെ അതുവരെ കാണാത്ത ഒരു കാഴ്ച! ആദ്യം എന്തെന്നു മനസ്സിലായില്ല. സൂക്ഷിച്ചുനോക്കിയപ്പോൾ രവിക്കു മനസ്സിലായി: “ഹായ്... പുഴ!”

അവൻ വിളിച്ചു പറഞ്ഞു. അതു ശരിയാണെന്ന് കുഞ്ഞുവിനു തോന്നി. നീല വിരിച്ചിട്ടതുപോലെ വളഞ്ഞുപുളഞ്ഞു കിടക്കുന്നു. എവിടെ, എവിടെ എന്നു ചോദിച്ചുകൊണ്ട് പിങ്കിയും അങ്ങോട്ടു നീങ്ങി.

തുരുത്ത്

പച്ച പുതച്ച തെങ്ങിൻതോപ്പുകൾ പിന്നിട്ട് പുഴയുടെ നേരെ മുകളിൽ വാഹനം എത്തിയതോടെ അത്ഭുതവും അമ്പരപ്പും. ഹായ് ഹായ്... എന്ന് പിങ്കി പാടിക്കളിച്ചു. പുഴ വിചാരിച്ചതു പോലെ പെറ്റതൊന്നുമല്ലെന്ന് മനസ്സിലാക്കിയതോടെ കുഞ്ഞുവും രവിയും ആശങ്കയിൽ കഴിഞ്ഞു. ഇതുവരെ ഒരു പുഴ നേരിൽ കണ്ടിട്ടില്ല. പാഠപുസ്തകത്തിലെ പുഴയുടെ ചിത്രം ഇങ്ങനെയൊന്നുമല്ല. ശോഷിച്ച ഒരു കയറിന്റെ കഷണംപോലെയാണ് പുസ്തകത്തിലെ പുഴ. ഇത് വളരെ വീതിയുള്ളതാണ്. മറുകര വളരെ അകലെ. മുറിച്ചുകടക്കാൻ കുറേ നേരമെടുക്കും.

വെള്ളത്തിനു മുകളിലൂടെയുള്ള യാത്രയെക്കുറിച്ച് ഓർത്താൽ തന്നെ രവിക്ക് തലചുറ്റൽ വരുമത്രേ. കുഞ്ഞുവിന്റെ സ്ഥിതിയും വ്യത്യസ്തമല്ല. ആശങ്കയോടെ ഇരുവരും താഴേക്കു നോക്കിയങ്ങനെനിന്നു.

ഇപ്പോൾ വാഹനത്തിനു മുകളിൽനിന്നുള്ള മൂളൽ കുറെക്കൂടി വ്യക്തമായി കേൾക്കാം. ആകാശം തെളിഞ്ഞിട്ടുണ്ട്. പടിഞ്ഞാറ് ചുവപ്പുരാശി കലർന്നിരിക്കുന്നു.

അഴിയിൽ പിടിച്ച് തല പുറത്തേക്കിട്ടു നോക്കുമ്പോൾ സ്വന്തം ഹൃദയം മിടിക്കുന്ന ശബ്ദം കേൾക്കുന്നുണ്ട് കുഞ്ഞു

വിന്. പേടിയാണോ? അല്ല. ഒരുതരം മരവിപ്പ്. മേലാകെ ചെറിയ വിറയൽ.

വാഹനം പതുക്കെയാണ് നീങ്ങുന്നത്. ആവശ്യത്തിനു കാറ്റുണ്ടെങ്കിലും ഉഷ്ണിക്കുന്നുണ്ട്. വിയർക്കുന്നുണ്ടോ? കുപ്പായക്കുടുക്കിനിടയിലൂടെ ഊതിയപ്പോൾ നല്ല സുഖം.

പുഴയുടെ ഏതാണ്ട് നടുവിലെത്തിയപ്പോൾ വാഹനം വീണ്ടും വലത്തോട്ടു തിരിഞ്ഞു. വേഗത കുറഞ്ഞു. കാലിനടിയിൽനിന്ന് എന്തൊക്കെയോ ശബ്ദങ്ങൾ.... നേരത്തെ വട്ടങ്ങാടിയുടെ മുകളിൽവെച്ചു തിരിഞ്ഞപ്പോഴും ഇതുപോലെ ശബ്ദമുണ്ടായിരുന്നു. എന്തൊക്കെയോ വലിയുകയോ മുറുകുകയോ ഒക്കെ ചെയ്യുന്നതിന്റെ ശബ്ദം.

പുഴ മുറിച്ചു കടക്കുകയാണ്. പുഴയുടെ മേലെക്കൂടി പോവുകയാണ്. അതുവരെയില്ലാത്ത ഒരാന്തൽ കുഞ്ഞുവിന്റെ ഉള്ളിലുണ്ടായി. ഭയം കാലിന്റെ പെരുവിരലിൽനിന്ന് മുകളിലേക്ക് അരിച്ചുകയറുകയാണ്.

അമ്മാവന്റെ വീട്ടിനടുത്തുള്ള അമ്പലക്കുളത്തിൽ മുങ്ങിപ്പോയ കഥ രവി പറഞ്ഞത് ഓർമ്മ വന്നു. ഒരിക്കൽ വിരുന്നുപോയതാണവൻ. ചുറ്റുപാടുള്ള കുട്ടികളൊക്കെ കുളത്തിലിറങ്ങി നീന്തിക്കളിച്ചു രസിക്കുന്നു. കുറെനേരം അങ്ങനെ നോക്കിനിന്നപ്പോൾ ചിലരൊക്കെ കളിയാക്കിത്തുടങ്ങി. ഇറങ്ങി നീന്താൻ ചിലർ ക്ഷണിച്ചു. പേടിക്കേണ്ടെന്നു ധൈര്യപ്പെടുത്തി. അങ്ങനെയാണ് അവനും ഇറങ്ങിയത്. നാലഞ്ചുപടികൾ താഴോട്ടു വെച്ചത് ഓർമ്മയുണ്ട്. നിലതെറ്റി ഊർന്നുപോയി. ആരെല്ലാമോ ചേർന്ന് കരയിലെത്തിക്കുമ്പോൾ കുളത്തിലെ വെള്ളം കുറെ അകത്തായിക്കഴിഞ്ഞിട്ടുണ്ട്. പിന്നീടൊരിക്കലും ഒരു കുളത്തിലും അവൻ ഇറങ്ങിയിട്ടില്ലത്രേ.

ഇപ്പോൾ... പുഴയുടെ നടുവിൽ...

കണ്ണിൽ ഇരുട്ടു കയറുന്നു. തല പിൻവലിച്ച് കണ്ണടച്ച് അങ്ങനെനിന്നു. അപ്പോൾ രവി വീട്ടുകാരെക്കുറിച്ചു പറയാൻ തുടങ്ങി.

അമ്മ ഇപ്പോൾ മേലേപറമ്പിൽ പോയി ഡോളിപ്പയ്യിനെ അഴിച്ചു കൊണ്ടുവരികയാവും. ഈ നേരത്ത് എന്നും അമ്മ

യുടെ പണിയാണത്. ചേച്ചി മുറ്റം അടിച്ചുവാരുന്നുണ്ടാകും. അതുകഴിഞ്ഞ് കുളിക്കാൻ പോകും. അച്ഛൻ കമ്പനിവിട്ടു വരുമ്പോൾ കയറുപോലത്തെ ചായയും കഴിക്കാനെന്തെങ്കിലും വേണം. അതും ചൂടോടെ. അതുകൊണ്ട് അമ്മ ആദ്യം പലഹാരമുണ്ടാക്കും. അതിന്റെ പണി തീരാറാകുമ്പോൾ അച്ഛൻ എത്തിയിരിക്കും. വീട്ടിൽനിന്ന് അര കിലോമീറ്റർ നടന്നാൽ അച്ഛന്റെ കമ്പനിയായയല്ലോ. അപ്പോഴേക്കും ചേച്ചി കുളി

കഴിഞ്ഞു വന്നിട്ടുണ്ടാകും. ചായയുണ്ടാക്കുന്നത് ചേച്ചിയാണ്. വന്നാലുടനെ അച്ഛൻ മേലു കഴുകാൻ പോകും. തിരിച്ചു വരുമ്പോഴേക്കും ബാക്കി എല്ലാവരും ചായയ്ക്കു തയ്യാറായി ഇരിപ്പുണ്ടാകും....

അച്ഛൻ വരുന്ന നേരമായോ? ഒന്നും മനസ്സിലാവുന്നില്ല. സമയത്തെപ്പറ്റി ഒരു ധാരണയുമില്ല.

അവന്റെ അടച്ചുപിടിച്ച കണ്ണുകൾ നനഞ്ഞു കുതിരുന്നത് കുഞ്ഞു കണ്ടു.

"ഹായ്... നോക്കടാ ദ്വീപ്!"

ഉറക്കെയാണ് കുഞ്ഞു അതു പറഞ്ഞത്. അവൻ താഴേയ്ക്കു കൈചൂണ്ടി. കണ്ണു കലങ്ങിയത് ആരും കാണാതിരിക്കാൻ തല ചെരിച്ചുപിടിച്ച് രവി താഴോട്ടു നോക്കി. പുഴ രണ്ടായി വേർപിരിഞ്ഞൊഴുകി. അങ്ങകലെ വീണ്ടും കൂടിച്ചേർന്നിരിക്കുന്നു. കൈകൾ നീട്ടി ചേർത്തുപിടിച്ചതുപോലെ. അതിനിടയിൽ കരയുടെ ഒരു കഷണം. നീണ്ട് വീതി കുറഞ്ഞ് മാങ്ങാപ്പൂളുപോലെ.

പിങ്കിയും അഴികൾക്കിടയിലൂടെ ആ കാഴ്ച കാണാൻ കിണഞ്ഞു ശ്രമിക്കുന്നു.

"അതു ദ്വീപല്ല. തുരുത്താണ്." രവി കുഞ്ഞുവിനെ തിരുത്തി. ഒരു നിമിഷം അന്ധാളിച്ചു നിന്നിട്ട് കുഞ്ഞു സമ്മതിച്ചു.

"കടലിന്റെ നടുവിലാകുമ്പോൾ ദ്വീപ്. അല്ലേ...?"

മനോഹരമായ കാഴ്ചതന്നെ. അവർ ഒന്നും മിണ്ടാതെ അതു നോക്കിനിന്നു.

"ഹൗ! എന്തൊരു വെളിച്ചം!"

പിറകിൽനിന്ന് പിങ്കി പിറുപിറുത്തു. തിരിഞ്ഞുനോക്കുമ്പോൾ അവൾ പിറകോട്ടു നോക്കി നില്ക്കയാണ്. പടിഞ്ഞാറുനിന്ന് സൂര്യൻ തങ്ങളെ നോക്കുകയാണെന്ന് അവർക്കുതോന്നി. സൂര്യരശ്മികൾ നേരെ കണ്ണിൽ പതിക്കുന്നു. അതിന്റെ പരിഭവമാണ് പിങ്കി പ്രകടിപ്പിച്ചത്.

"ഈ സൂര്യൻ അസ്തമിക്കാത്തതെന്താ?"

പിങ്കിയുടെ ചോദ്യത്തിനു മുമ്പിൽ അവർ സ്തംഭിച്ചു നിന്നു. സൂര്യൻ അസ്തമിച്ചാൽ പിന്നെ വല്ലതുമുണ്ടോ? പിങ്കിക്ക് ഒരു ബോധവുമില്ല. സൂര്യൻ അസ്തമിക്കരുതേ എന്നു വിചാരിക്കുമ്പോഴാണ്...

"അതു മുകളിൽ നില്ക്കുന്നതുകൊണ്ടു തോന്നുന്നതാ... താഴെ സൂര്യൻ അസ്തമിക്കാറായിക്കാണും...." കുഞ്ഞു പറഞ്ഞു. അതു ശരിയാകുമെന്ന് പിങ്കി വിചാരിച്ചുകാണും. അവൾ സൂര്യന് ചുറ്റുമുള്ള വർണ്ണ മേഘങ്ങളെ നോക്കി. എന്തെന്തു രൂപങ്ങൾ! അവിടവിടെ വെള്ള, ബാക്കിയെല്ലാം ചുവപ്പ്. വെള്ളച്ചുമരിൽ ചുവന്ന പെയിന്റ് കോരിയൊഴിച്ചതു

പോലെ.

വാഹനം തുരുത്തിനു മുകളിലെത്തി എന്നു തോന്നിയ നിമിഷംതന്നെ വേഗത കുറഞ്ഞതായും അനുഭവപ്പെട്ടു. കാലിനടിയിൽനിന്ന് എന്തെല്ലാമോ ശബ്ദങ്ങൾ. കുഞ്ഞുവും രവിയും പരസ്പരം നോക്കി. അതെ വാഹനം താഴുകയാണ്. ആശ്വാസത്തിന്റെ വലിയൊരു നിശ്വാസം രവിയിൽനിന്നുണ്ടായി. വെള്ളത്തിലേക്കല്ല ഇറക്കം. തുരുത്തിനു നല്ല വലുപ്പമുണ്ട്. അതുകൊണ്ട് ആൾത്താമസം കാണും. അവിടെ ഇറങ്ങിയാൽ പേടിക്കാനില്ല.

പതുക്കെയാണ് താഴുന്നത്. അഴികളിൽ മുറുകെ പിടിച്ച് പിങ്കി ഇരുവരെയും മാറിമാറി നോക്കി. അവളുടെ നോട്ടത്തിൽ പരിഭ്രമമുണ്ട്.

"പിങ്കൂട്ടി പേടിക്കണ്ട. കരയിൽ തന്നെയാണ് ഇറങ്ങുന്നത്." കുഞ്ഞു അവളെ സമാധാനിപ്പിച്ചു. പുഴ കുറെക്കൂടി അടുത്തു വരുന്നു. നീലയല്ല അതിന്റെ നിറം പച്ചയാണ്. ചിലപ്പോൾ തുരുത്തിന്റെ നിറം പ്രതിഫലിക്കുന്നതാകും. തുരുത്തിൽ നിറയെ വൻമരങ്ങളാണ്.

താഴേക്കു വരുംതോറും ആശ്വാസത്തേക്കാൾ ആശങ്കയാണുണ്ടായത്. അതൊരു കൊടുംകാടാണ്. ആകാശം മുട്ടെ ഉയർന്നുനില്ക്കുന്ന വൻമരങ്ങളാണ് നിറയെ. വാഹനം ഏതെങ്കിലും മരത്തിൽ തട്ടിയാൽ....

ആലോചിക്കാൻ പോലും പറ്റില്ല.

ശ്വാസമടക്കി അവർ നിന്നു. വാഹനം പതുക്കെയാണ് താഴോട്ടു നീങ്ങുന്നത്. ഇതിനേക്കാൾ വേഗതയിലാണ് മുകളിലേക്ക് ഉയർന്നത്. ഓരോ നിമിഷവും കാലിനടിയിൽ നിന്നുള്ള ഒച്ചപ്പാടിന്റെ തീവ്രത കൂടിവരുന്നുണ്ട്. എന്തൊക്കെയോ വലിയുകയും പൊട്ടുകയും മുറുകുകയുമൊക്കെ ചെയ്യുന്നുണ്ട്.

മരങ്ങൾക്കുനേരെ മുകളിലെത്തിയപ്പോൾ വെട്ടിത്തെളിച്ചിട്ട കുറച്ചു സ്ഥലം കണ്ണിൽപ്പെട്ടു. സ്കൂളിനു പിറകിൽ പന്തു തട്ടിക്കളിക്കുന്ന ഗ്രൗണ്ടിന്റെ അത്രയും വരും.

വാഹനം നേരെ അവിടേക്കാണ് ഇറങ്ങുന്നത്. മനുഷ്യ

വാസം അവിടെയില്ലെന്ന് ഒറ്റനോട്ടത്തിൽത്തന്നെ വ്യക്തം. ഒരു തരത്തിലുള്ള കെട്ടിടത്തിന്റെയും ഒരു സൂചനയുമില്ല. ചുറ്റും വൻമരങ്ങൾ മാത്രം.

മനുഷ്യൻ ഏതായാലുമില്ല. വന്യമൃഗങ്ങളുണ്ടാകുമോ?

രവി കുഞ്ഞുവിനെനോക്കി. അവൻ നിന്നു വിറയ്ക്കുകയാണ്.

മനുഷ്യരൂപം

വാഹനം നിലംതൊടുമ്പോൾ പൊടി പറക്കുമെന്നു കരുതി മൂവരും മുഖംപൊത്തി. എന്നാൽ പടലമൊന്നുമുണ്ടായില്ല. കുറച്ചുനേരം കൂടി കറങ്ങിയശേഷം മുകളിലെ പങ്കയും നിശ്ശബ്ദമായി.

ചുറ്റിലും വൻമരങ്ങൾ. വള്ളിപ്പടർപ്പുകൾ. കുറ്റിച്ചെടികളും ഉണങ്ങിയ ഇലകളും കൂടിച്ചേർന്ന് ആർക്കും അകത്തു കടക്കാനാകാത്തവിധം ഇടതൂർന്നു കിടക്കുന്ന കാട്.

രവിയും കുഞ്ഞുവും തുറിച്ച കണ്ണുകളോടെ നിന്നു. കാട് എന്ന പ്രതിഭാസത്തെ ആദ്യമായി അടുത്തുനിന്നു കാണുന്നതിന്റെ ആഹ്ലാദമല്ല. വലിയൊരു വിപത്തിനു നടുവിൽപ്പെട്ടതിന്റെ അങ്കലാപ്പിലാണ് അവർ. പിങ്കി ചുറ്റുപാടും നോക്കി. എന്തു പറയണമെന്നറിയാതെ നില്ക്കുന്നു.

ഇരുട്ടിന്റെ വലിയ കരിമ്പടം മേലേക്കു വീഴാൻ പോകുന്നതായി രവിക്കു തോന്നി. കാടിനു നടുവിൽ ഈ വാഹനത്തിന് ഇറങ്ങാൻ മാത്രമുള്ള സ്ഥലം ആരാണ് ഒരുക്കിവെച്ചത്!

“മ്മക്ക് പൊറത്തിറങ്ങാം....”

പിങ്കി പറഞ്ഞു. വാസ്തവത്തിൽ അതുതന്നെയാണ് കുഞ്ഞുവും ആലോചിക്കുന്നത്. വാഹനം നിലത്തിറങ്ങിയിട്ട് കുറച്ചുനേരമായി. ആരെയും കാണുന്നില്ല. വന്യജീവികളൊന്നും

അടുത്തുള്ളതായി അറിയാനില്ല. ഇനി പെരുമ്പാമ്പുകൾ കാണുമോ?

നോക്കാം വീണ്ടുവിചാരമില്ലാതെ പുറത്തിറങ്ങണ്ട.

പിങ്കി തണുത്തു വിറയ്ക്കുന്നുണ്ട്. അതു കണ്ടപ്പോഴാണ് തണുപ്പുകൂടിയ കാര്യം മുതിർന്നവർ അറിയുന്നത്. കാടിനു നടുവിൽ തണുപ്പുണ്ടാകുമെന്നു കേട്ടിട്ടുണ്ട്. എന്നിട്ടും ഇത്രനേരവും അതറിഞ്ഞില്ല. ഒരു പരിചയവുമില്ലാത്ത സ്ഥലത്ത് എത്തിപ്പെട്ടാൽ ഇങ്ങനെയൊക്കെ ആയിരിക്കും. ആർക്കറിയാം.

"പുറത്തിറങ്ങണ്ട. പിങ്കൂട്ട്യേ..."

കുറച്ചുനേരം അവളെ നോക്കിനിന്നിട്ട് രവി പറഞ്ഞു: "ഇത് കാടാണ്. എന്തൊക്കെ ജീവികളുണ്ടാകുമെന്ന് അറിയില്ല. പിന്നെയാണെങ്കിൽ വെളിച്ചവും കുറഞ്ഞുവരുന്നു. നമുക്കിതിൽ തന്നെയിരിക്കാം..." പിന്നെ, ആശങ്കകളെല്ലാം ഉള്ളിലൊതുക്കി, അവളെ ആശ്വസിപ്പിക്കാനായി ഇതുകൂടി പറഞ്ഞു: "പിങ്കൂട്ടി പേടിക്കണ്ട. ഞങ്ങളില്ലേ?"

വാഹനത്തിന്റെ അകത്തു കയറാൻ സഹായിച്ച ലിവറിൽ നോക്കി നില്ക്കുകയാണ് കുഞ്ഞു. അതുപിടിച്ചു തിരിച്ചാൽ താഴേക്കിറങ്ങാനുള്ള പടികൾ പ്രത്യക്ഷപ്പെടും. ഒന്നു ചെയ്തു

നോക്കിയാലോ എന്നു തോന്നായ്കയല്ല. വല്ല ക്ഷുദ്രജീവികളും അതുവഴി അകത്തു കയറിയാലോ? തല്ക്കാലം സുരക്ഷിതമായി നില്ക്കാവുന്ന സ്ഥലമാണ്. ഇതിൽനിന്നും പുറത്തിറങ്ങിയാൽ പിന്നെ എന്ത് എന്നറിയില്ലല്ലോ.

എങ്കിലും അവൻ ലിവറിന്റെ അടുത്തുപോയിരുന്നു. അങ്ങനെ സൂക്ഷ്മമായി നോക്കുമ്പോഴാണ് അതിന്റെ അപ്പുറവും ഇപ്പുറവുമൊക്കെ സ്വിച്ചുപോലെ ചിലത് കണ്ടത്. അതിൽ അമർത്താൻ കൈ തരിച്ചെങ്കിലും ചെയ്തില്ല. അബദ്ധമായാലോ?

"ടാ, ദ് നോക്ക്യേ...."

ഒടുവിൽ അവൻ രവിയെ വിളിച്ചു. പുറത്ത് ചുറ്റുപാടും നിരീക്ഷിച്ചുനിന്ന രവി കാര്യമറിയാതെ കുനിഞ്ഞുനോക്കി.

"ദ് കണ്ടോ?" താഴെയിരുന്ന് വാഹനത്തിന്റെ ഉരുക്കുവാതിലിനടുത്തേക്കു കൈചൂണ്ടി കുഞ്ഞു ചോദിച്ചു.

"സ്വിച്ച് കണ്ടോ?"

ശരിയാണ്, മൂന്നാലു സ്വിച്ചുകൾ. സ്റ്റീലിന്റെ മറയ്ക്കു ചേർന്ന് സ്റ്റീലിന്റെ തന്നെ സ്വിച്ചുകൾ. സൂക്ഷിച്ചു നോക്കിയാൽ മാത്രം കാണുന്ന മട്ടിലാണ് നിർമ്മാണം. അവരവിടെ ഇരുന്നു. ഏതെങ്കിലും ഒരു സ്വിച്ചെങ്കിലും അമർത്തി നോക്കണമെന്നുണ്ട്. ഏതിൽ അമർത്തും? അങ്ങനെ ചെയ്താൽ എന്തു സംഭവിക്കും? ഒരു രൂപവുമില്ല.

പിങ്കി അവർക്കു നടുവിൽ മുട്ടുകുത്തിയിരുന്നു.

"ഈ പരുന്തുവണ്ടി ഇനി എപ്പഴാ പറക്ക്വാ?"

അവളുടെ ചോദ്യത്തിനു മുമ്പിൽ രവിയും കുഞ്ഞുവും ഉത്തരമില്ലാതെ നിന്നു. ശരിയാണ് വണ്ടി ഇനിയും പറക്കും. എപ്പോൾ? എങ്ങോട്ട്? ഒരു രൂപവുമില്ല. ഇരുട്ട് പരക്കുകയാണ്. ഈ കാടിന്റെ നടുവിൽ എന്തായാലും നില്ക്കാൻ വയ്യ. വണ്ടി ഉയർന്നു പറന്നാൽ മനുഷ്യരുള്ള എവിടെയെങ്കിലും എത്തും.

"എനിക്ക് ഉമ്മാന്റടുത്തു പോണം..."

പിങ്കി കരച്ചിലിന്റെ വക്കിലാണ്. ആകെ കുഴയുമോ? കുഞ്ഞു രവിയെ നോക്കി. ഇങ്ങനെയൊക്കെ സംഭവിക്കുമെന്ന് ആരറിഞ്ഞു! അല്ലെങ്കിൽ തനിച്ച് മാഞ്ചുവട്ടിലേക്കു വന്നാൽ

മതിയായിരുന്നു. താനാണ് പിങ്കിയെക്കൂടി കുഴപ്പത്തിലാക്കിയത്.

"പിങ്കൂട്ടി പേടിക്കണ്ട..." രവി പറഞ്ഞു.

"പരുന്തുവണ്ടി അങ്ങോട്ടുതന്നെ മടങ്ങിപ്പോകും."

"തന്നേ...!" വിശ്വാസം വരാത്തമട്ടിൽ അവൾ കണ്ണു മിഴിച്ചു.

"തന്നെ...." രവിയും കുഞ്ഞുവും ഒരുമിച്ചു പറഞ്ഞു.

അവൾക്കു സമാധാനമായി. അപ്പോഴാണ് സ്വിച്ചുകൾ അവളുടെ ശ്രദ്ധയിൽപ്പെട്ടത്. മാറിമാറി നോക്കിയശേഷം, ബാക്കിയുള്ളവർക്ക് എന്തെങ്കിലും ചെയ്യാനാകുന്നതിന് മുമ്പ് ആദ്യത്തെ സ്വിച്ചിൽ അവൾ വിരലമർത്തി.

ആയ്... എന്ന് മുതിർന്നവർ തടയുമ്പോഴേക്കും അവളുടെ വിരൽ അമർന്നുകഴിഞ്ഞു.

അത്ഭുതം! കുടപോലത്തെ മേലാപ്പിൽ ഒരുപാട് നക്ഷത്രങ്ങൾ ഒരുമിച്ചു കണ്ണുതുറന്നു! നല്ല പ്രകാശം. ബൾബുകൾ അവിടെ ഒളിഞ്ഞുകിടന്നത് ആരറിഞ്ഞു!

പിങ്കി സന്തോഷംകൊണ്ട് തുള്ളിച്ചാടുകയാണ്. വാഹനത്തിനു പുറത്തും വെളിച്ചത്തിന്റെ വലിയൊരു വൃത്തം. കൊച്ചു ബൾബുകളെങ്കിലും കൂട്ടമായി തെളിഞ്ഞപ്പോൾ എന്തു പ്രകാശം!

ഇരുട്ടിൽനിന്ന് പെട്ടെന്ന് വെളിച്ചത്തിലേക്ക് തെന്നിവീണതായി അവർക്കു തോന്നി. മുഖത്തോടുമുഖം നോക്കി. പിന്നെ ഓരോരുത്തരും സ്വന്തം ശരീരം പരിശോധിച്ചു. ഉടുപ്പിലൊക്കെ പുതിയൊരു തിളക്കം! അങ്ങനെ കുറേനേരം പിന്നിട്ടു.

ആരും അവർക്കരികിലേക്കു വന്നില്ല. കാട്ടിൽ ഇരുട്ട് കനത്തു തുടങ്ങി. ദൂരേക്ക് ഒന്നും കാണാനില്ല. നോക്കാനും ആകുന്നില്ല. തണുപ്പിനും കട്ടി കൂടിവരുന്നു. വാഹനമാണെങ്കിൽ വീണ്ടും ഉയരുന്നതിന്റെ ലക്ഷണമൊന്നും കാണിക്കുന്നില്ല. മാഞ്ചോട്ടിൽ വന്നപ്പോൾ ഏതാനും നിമിഷങ്ങൾകൊണ്ട് വീണ്ടും ഉയർന്നിരുന്നു. അങ്ങനെയാണല്ലോ അകത്തു പെട്ടു പോയത്.

ലിവർ തിരിച്ച് വാതിൽ തുറക്കാൻ തന്നെ കുഞ്ഞു തീരുമാനിച്ചു. വരുന്നത് വരട്ടെ. രവിക്കും ഒന്നു പുറത്തിറങ്ങിയാൽ

കൊള്ളാമെന്നായി. വെളിച്ചമായല്ലോ. ഇനി പേടിക്കാനില്ല. മാത്രവുമല്ല വണ്ടി ഉയരുന്നതിനുമുമ്പ് മുകളിലെ പങ്ക തിരിയാൻ തുടങ്ങും. അപ്പോൾ അകത്തു കയറാമല്ലോ.

പടികൾ പ്രത്യക്ഷപ്പെട്ടപ്പോൾ ആര് ആദ്യം പുറത്തിറങ്ങുമെന്നായി. ഒരുവട്ടംകൂടി ചുറ്റും നോക്കിയിട്ട് രവി പുറത്തിറങ്ങി. വെളിച്ചത്തിന്റെ വൃത്തത്തിനു പുറത്തുകടക്കാതെ വണ്ടിക്കു ചുറ്റും ഒന്നു നടന്നു. "എറങ്ങിക്കോ കുഞ്ഞു. പേടിക്കണ്ട...." രവി വിളിച്ചു പറഞ്ഞു. പിങ്കി കൂടെയുള്ളതാണ് കുഞ്ഞുവിന്റെ പേടിയെന്ന് അവനറിയാം. അവളെ പേടിപ്പിക്കാനും വയ്യ.

"പിങ്കിയും എറങ്ങിക്കോ...." വരുന്നതു വരട്ടെ എന്നുവെച്ച് രവി നിർദ്ദേശിച്ചു.

മൂവരും കൈ കോർത്തുപിടിച്ച് വാഹനത്തിനു ചുറ്റും നടന്നു. ഭീകരജീവിയെ നോക്കുന്നപോലെ പിങ്കി കാടിനെ നോക്കി. ആകെക്കൂടി ഏതോ വമ്പൻ മതിൽക്കെട്ടിനുള്ളിൽ കുടുങ്ങിയപോലെ അവർക്കു തോന്നി.

വണ്ടിയുടെ പിറകിൽ നില്ക്കുകയാണവർ. പെട്ടെന്ന് എതിർഭാഗത്തുനിന്ന് എന്തോ വീഴുന്ന ശബ്ദം കേട്ട് ഞെട്ടിത്തിരിഞ്ഞു. ഒരു രൂപം മരക്കൊമ്പിൽനിന്ന് താഴേക്ക് ഊർന്നിറങ്ങി കരിയിലക്കാട്ടിൽ വീഴുന്നതിന്റെ ഒച്ചയാണവർ കേട്ടത്. ഒരു കുതിപ്പിന് ആ രൂപം കരിയിലകളിലൂടെ വെട്ടിവെളിപ്പിച്ച നിരപ്പിലെത്തി.

മൂവർ സംഘം ഉൾക്കിടിലത്തോടെ ചേർന്നുനിന്നു. പിങ്കിയെ നടുവിലാക്കി ഇരുവരും ചേർത്തുപിടിച്ചു. മേലാകെ കറുത്ത കോട്ടുകൊണ്ടു മൂടിയ മനുഷ്യരൂപം! അകലെനിന്ന് കുറച്ചുനേരം അവരെ സൂക്ഷിച്ചുനോക്കി. പിന്നെ പതുക്കെ അടുത്തേക്കു വന്നു.

"മിടുക്കന്മാർ...." തൊട്ടുമുമ്പിൽ വന്നുനിന്നു പറഞ്ഞു. സ്ത്രീയുടെ ശബ്ദം! കണ്ണിന്റെ രണ്ടു ദ്വാരങ്ങളൊഴിച്ച് ആകെ മൂടിയിരിക്കുന്നു. കൈവിരലുകളും കഴിഞ്ഞ് കറുത്തകോട്ട് താഴേക്കു തൂങ്ങികിടക്കുന്നു.

"വരൂ... വണ്ടിയിൽ കയറൂ.... പുറപ്പെടാറായി."

അവർക്കു മുമ്പിലൂടെ വാഹനത്തിന്റെ അടുത്തേക്കു നടന്നിട്ട് മനുഷ്യരൂപം പറഞ്ഞു. രവിയും കുഞ്ഞുവും പരസ്പരം നോക്കി. എന്തു ചെയ്യും! ചുറ്റും കാടാണ്. അതിനപ്പുറം പുഴയും. രാത്രിയാകാറായി. കുഞ്ഞുവിനോട് പറ്റിച്ചേർന്നുനിന്ന് വിറയ്ക്കുകയാണ് പിങ്കി. അവൾ കൂടെയില്ലെങ്കിൽ എന്തെങ്കിലും ചെയ്യാമായിരുന്നു.

അനുസരിക്കുകയല്ലാതെ വേറെ വഴിയില്ല. വിറയ്ക്കുന്ന കാലുകളോടെ മൂവരും മുമ്പോട്ടു നീങ്ങി. പിങ്കിയാണ് ആദ്യം വണ്ടിയിൽ കയറിയത്.

"ഉം... മിടുക്കന്മാർ...." മൂന്നുപേരും കയറിക്കഴിഞ്ഞപ്പോൾ മനുഷ്യരൂപം പറഞ്ഞു. പിന്നെ ചുറ്റുപാടും ഒന്നു നോക്കിയ ശേഷം ഒറ്റച്ചാട്ടത്തിന് അകത്തുകയറി. ലിവർ തിരിച്ച് വാതിലടച്ചു.

ഷഹർബാൻ

"മോളുടെ പേരെന്താ?"

കുനിഞ്ഞ് പിങ്കിയുടെ കണ്ണുകളിലേക്കു നോക്കി മനുഷ്യരൂപം ചോദിച്ചു. മുഖംമൂടിയുടെ ദ്വാരത്തിലൂടെ ഉണ്ടക്കണ്ണുകൾ കണ്ട് ഭയന്ന പിങ്കി ഒരടി പിറകോട്ടു മാറി. പേരു പറയാൻ ശ്രമിച്ചെങ്കിലും അവൾക്ക് ശബ്ദം പുറത്തുവന്നില്ല.

"ഷഹർബാൻ..." അവളെ ചേർത്തു നിർത്തിയിട്ടു കുഞ്ഞു പറഞ്ഞു: "ഞങ്ങൾ പിങ്കീന്നു വിളിക്കും."

"ഓഹോ, ഇയാള് പിങ്കിക്കുട്ടീടെ ചേട്ടനാണോ?"

അയാളുടെ ശബ്ദം കഴിഞ്ഞ കൊല്ലം മരിച്ചുപോയ വല്യുമ്മയുടെ ശബ്ദംപോലെയുണ്ടെന്ന് കുഞ്ഞുവിനു തോന്നി.

"അതെ, എന്റെ പേര് ഷാഹുൽ. എല്ലാവരും കുഞ്ഞൂന്നു വിളിക്കും."

"ഇതോ?" രവിയുടെ നേരെ നോക്കി വീണ്ടും ചോദ്യമുയർന്നു.

"രവിചന്ദ്രൻ...." രവി തന്നെ ഉത്തരം പറഞ്ഞു. അയാൾ അഴികളിൽ പിടിച്ചുകൊണ്ട് പുറത്തേക്കു കുനിഞ്ഞു. അയാളുടെ അരയോളമേ അഴികൾക്ക് ഉയരമുള്ളൂ. ശരീരത്തിന്റെ ബാക്കിഭാഗം അഴികൾക്കു മുകളിലൂടെ പുറത്തേക്കു വളച്ചുകൊണ്ട് മുൻഭാഗത്തെ കാട്ടിലേക്ക് സൂക്ഷിച്ചുനോക്കി. പിന്നെ

നേരത്തെ പിങ്കി അമർത്തിയതിന്റെ തൊട്ടടുത്തു പിടിപ്പിച്ച സ്വിച്ച് ഒരു കോലുകൊണ്ടാണ് അമർത്തിയതെന്ന് അടുത്തു നിന്ന രവിക്കു തോന്നി.

വണ്ടിയുടെ നേരെ മുമ്പിൽ വെളിച്ചം പരന്നു. കാടിന്റെ അകത്തേക്കു തുളച്ചുകയറുന്ന വെളിച്ചം. മുമ്പിലെ കഴുകന്റെ കണ്ണുകളാണ് പ്രകാശിക്കുന്നത്. അത് കണ്ണുകളായിരുന്നില്ല. രണ്ടു ബൾബുകളായിരുന്നു. രവിയും കുഞ്ഞുവും വിശ്വസിക്കാനാകാതെ പരസ്പരം നോക്കി.

പിന്നീട് മനുഷ്യരൂപം ചെയ്തത് ലിവറിന്റെ മറുഭാഗത്ത്

കാണപ്പെട്ട ചെറിയ ചതുരത്തിൽ ഒരു തട്ടു കൊടുക്കുകയാണ്. അപ്പോൾ അവിടെ ചെറിയൊരു ദ്വാരം പ്രത്യക്ഷപ്പെട്ടു. അതിലേക്ക് വിരൽ കടത്തി അമർത്തിയതും താഴെനിന്ന് ഒരു ഇരിപ്പിടം പൊങ്ങിവന്നതും ഒരുമിച്ചാണ്. സ്റ്റീലിന്റെ, ഒറ്റക്കാലിലുള്ള ഇരിപ്പിടത്തിൽ മനുഷ്യരൂപം ഇരുന്നു.

"ഇതിൽ ഈയൊരു സീറ്റേയുള്ളൂ. നിങ്ങൾക്ക് താഴെ ഇരിക്കാം..."

കുട്ടികളോട് അങ്ങനെ പറഞ്ഞശേഷം അത് മറ്റൊരു സ്വിച്ചമർത്തി. അതോടെ മുകളിലെ നക്ഷത്രവിളക്കുകളാകെ അണയുകയും പകരം നേരെ നടുവിലുള്ള ഒരു ബൾബു മാത്രം പ്രകാശിക്കുകയും ചെയ്തു.

കുട്ടികൾ വിസ്മയിച്ചു നില്ക്കുന്നതു നോക്കി അല്പനേരം ഇരുന്നതിനുശേഷം അതു പറഞ്ഞു: "പുറപ്പെടുന്നതിനുമുമ്പ് ചില കാര്യങ്ങൾ നിങ്ങൾ അറിയേണ്ടതുണ്ട്. നമ്മൾ പുതിയൊരു ലോകത്തേക്കാണ് പോകുന്നത്. നിങ്ങൾ ഇതുവരെ കാണാത്തൊരു ലോകത്തേക്ക്. എന്തുപറയുന്നു." കുട്ടികൾ പരസ്പരം നോക്കി. കാടിന്റെ നടുവിലായതുകൊണ്ടാണ് ഇരുട്ടെന്ന് അവർക്കറിയാം. മദ്രസയിൽ ക്ലാസു തുടങ്ങുന്ന സമയമൊന്നും ആയിട്ടില്ല. അപ്പോഴേക്കും തിരിച്ചെത്തണം. ഇല്ലെങ്കിൽ... കുഞ്ഞുവിന് ഓർക്കാനേ കഴിയുന്നില്ല. ഉമ്മ മാത്രമാണ് വീട്ടിലുള്ളത്. താൻ തനിച്ചാണ് പുറത്തു പോകുന്നതെങ്കിൽ കുറച്ചു വൈകിയാലും പ്രശ്നമില്ല. പിങ്കി അടുത്തില്ലെങ്കിൽ ഉമ്മയ്ക്കു പ്രയാസമാണ്. രവിയും ആശങ്കയിൽത്തന്നെ. അച്ഛൻ കമ്പനി വിട്ടു വരുമ്പോൾ വീട്ടിലുണ്ടാകണം. ഇല്ലെങ്കിൽ തിരച്ചിലാകും. പറമ്പിന്റെ അതിരിൽ വന്നുനിന്നു വിളിച്ചുകൂവും. ഒന്നാമത്തെ വിളിക്കുതന്നെ മറുപടി ചെന്നില്ലെങ്കിൽ അച്ഛനു ദേഷ്യംവരും.

"എന്താ ആരും ഒന്നും മിണ്ടാത്തത്?"

മനുഷ്യരൂപം കൈനീട്ടി പിങ്കിയുടെ കവിളിൽ തൊടാൻ ശ്രമിച്ചു. അവൾ പേടിച്ചു പിന്മാറി. അപ്പോൾ മനുഷ്യരൂപം ഉറക്കെ ചിരിച്ചു.

"പേടിക്കണ്ട, ഞാനും മനുഷ്യനാണ്. നിങ്ങളുടെ അങ്കിൾ."

അതു പറഞ്ഞ് വീണ്ടും ചിരിച്ചു.

"എന്തിനാ ഇങ്ങനെമൂടിയിരിക്കുന്നത്? കണ്ടിട്ട് പേടിയാവണു..." പിങ്കി പരിഭവിച്ചു.

"കുട്ടികൾ പേടിക്കാതിരിക്കാനാ ഈ വേഷം. ഞങ്ങളുടെ ശരിക്കുള്ള വേഷം കണ്ടാൽ നിങ്ങൾ പേടിക്കും. അതിരിക്കട്ടെ അങ്കിളിന്റെ നാടൊക്കെയൊന്നു പരിചയപ്പെടണ്ടേ? ഏതായാലും നിങ്ങൾ വണ്ടിയിൽ കയറിയതല്ലേ. ഒന്നു പോയി വരാം. എന്താ?"

"ഊഹും.... ഞങ്ങൾക്കു പോണം. മദ്രസേല് ബെല്ലടിക്കുന്നേന് മുമ്പ് വീട്ടിലെത്തണം...." പിങ്കി പറഞ്ഞു.

"ഓ... അതിനെന്താ! എത്താമല്ലോ. അങ്കിൾ എത്തിച്ചിരിക്കും..." മനുഷ്യരൂപം ഉറപ്പിച്ചു പറഞ്ഞു.

"ഇനി കുറച്ചുനേരമേണ്ടാവൂ..." രവി പറഞ്ഞു.

"കുഴപ്പമില്ല...." മനുഷ്യരൂപം പറഞ്ഞു: "നിങ്ങടെ നാട്ടിലെ സമയമല്ല ഞങ്ങടെ നാട്ടിൽ. ഞങ്ങൾ സമയത്തെ ജയിച്ചവരാണ്. എല്ലാം കണ്ടു മടങ്ങുമ്പോൾ ഇത്തിരി സമയമേ വേണ്ടിവരൂ."

കുട്ടികൾ വീണ്ടും പരസ്പരം നോക്കി. പുതിയൊരു ലോകം കാണണമെന്നുണ്ട്. സമയത്തിനു വീട്ടിലെത്തുമെങ്കിൽ കുഴപ്പമില്ലെന്നാണ് അവർക്കു തോന്നിയത്. അങ്ങനെയൊരു ധാരണയിലെത്തിയപ്പോൾ കുഞ്ഞു ചോദിച്ചു:

"അങ്കിളിന്റെ നാടെവിടെയാ...? അവിടെ എപ്പോൾ എത്തും?"

"വലിയ ദൂരമൊന്നുമില്ല. അഞ്ചുപത്തു മിനിറ്റു മതി."

ഒന്നു നിർത്തിയിട്ട് അങ്കിൾ ചോദിച്ചു: "ഞങ്ങളുടെ നാടിന്റെ വലിയ ഗുണമെന്താണെന്നറിയ്യോ? അവിടെ രാത്രിയില്ല...!"

ങ്ഹേ.. എന്നൊരു ശബ്ദത്തോടെയാണ് കുട്ടികൾ അതു കേട്ടത്. രാത്രിയില്ലാത്ത നാടോ?

അങ്കിൾ പുളുവടിക്കുകയല്ലേ എന്നായി രവി.

ഭൂമി തിരിയുന്നതുകൊണ്ടാണ് രാവും പകലുമുണ്ടാകുന്ന

തെന്നല്ലേ പഠിച്ചത്! അപ്പോൾ അങ്കിളിന്റെ താമസം ഭൂമിയിലല്ലേ? അതവൻ ചോദിക്കുക തന്നെ ചെയ്തു:

"അല്ലല്ലോ...!" അങ്കിൾ ചിരിച്ചു: "ഞങ്ങളുടെ പൂർവ്വികർ ഭൂമിയിൽ താമസിച്ചവരാണ്. പിന്നെ ഒരു കാലത്ത് തെറ്റിപ്പിരിഞ്ഞ് വേറൊരിടത്തേക്കു പോയി."

"അങ്കിളിന്റെ വീട്ടിൽ ആരൊക്കെയുണ്ട്?" പിങ്കി പെട്ടെന്നു ചോദിച്ചു.

"വീടോ? ഹഹഹ...!"

മനുഷ്യരൂപം ഉറക്കെ ചിരിച്ചു. "ഞങ്ങൾക്കു വീടില്ല. എന്തിനാണ് വീട്?"

"പിന്നെ എവിടെ താമസിക്കും?" കുഞ്ഞു ചോദിച്ചു.

"താമസിക്കാൻ വീടു വേണമെന്നുണ്ടോ?" മനുഷ്യരൂപം തിരിച്ചു ചോദിച്ചത് രവിയോടാണ്.

"അല്ല, വെയിലും മഴയുമൊക്കെ...." രവി പൂർത്തിയാക്കുന്നതിനുമുമ്പ് അടുത്ത ചോദ്യം വന്നു.

"വെയിലും മഴയുമൊക്കെ ഉണ്ടെങ്കിലല്ലേ!"

കണ്ണുമിഴിച്ചു നില്ക്കുകയല്ലാതെ എന്തു ചെയ്യും! രാത്രിയില്ലാത്ത നാട്! വെയിലും മഴയുമില്ലാത്ത നാട്! ഇതെന്തു നാട്! കുട്ടികൾ പരസ്പരം നോക്കി. കേട്ടതൊന്നും ശരിയല്ലെന്ന മട്ടിൽ നിന്നു.

"സംസാരിച്ചു സമയം കളയണ്ട നമുക്ക് പുറപ്പെടാം. ഇരുട്ടാകുന്നതിനുമുമ്പ് നിങ്ങൾക്ക് വീട്ടിലെത്തണ്ടേ? വേണ്ടേ പിങ്കിക്കുട്ടീ?"

മനുഷ്യരൂപം വണ്ടി ഉയർത്താനുള്ള ശ്രമത്തിലാണെന്നു തോന്നിയെങ്കിലും ആരും ഒന്നും പറഞ്ഞില്ല. ശരി എന്നു പറയാൻ ധൈര്യം വരാതെ കുട്ടികൾ വിഷമിച്ചു. ആരെങ്കിലുമൊന്ന് സമ്മതിച്ചാൽ പുറപ്പെടാമെന്ന മട്ടിൽ ഓരോ മുഖത്തേക്കും മനുഷ്യരൂപം മാറിമാറി നോക്കി. പിന്നെ ആർദ്രമായ സ്വരത്തിൽ പറഞ്ഞു: "മക്കൾ പേടിക്കണ്ട. കൃത്യസമയത്ത് വീട്ടിൽ തിരിച്ചെത്താം. എനിക്കുമുണ്ട് നിങ്ങളുടെ പ്രായത്തിലുള്ള കുട്ടികൾ. ഇടയ്ക്കൊക്കെ ഈ നാടുകാണാൻ അവർ വരാറുമുണ്ട്. ഏതാ

യാലും നിങ്ങൾ ഇതുവരെ എത്തിയില്ലേ! ഇനി കുറച്ചുസമയം കൂടി ഇതിലിരുന്നാൽ ഞങ്ങളുടെ നാടു കണ്ടിട്ടു വരാം...." ഒന്നു നിർത്തിയിട്ട് പിങ്കിയുടെ കണ്ണുകളിലേക്കു നോക്കി ചോദിച്ചു: "അതോ, ഇപ്പോൾത്തന്നെ മടങ്ങണോ?"

"വേണ്ട..."

പിങ്കി പറഞ്ഞു: "അങ്കിളിന്റെ നാടുകാണണം. വേഗം തിരിച്ചുവന്നാൽ മതി."

"മിടുക്കി. ചേട്ടന്മാരെ തോല്പിച്ചു കളഞ്ഞു...."

പിങ്കിയെ അഭിനന്ദിച്ചശേഷം മനുഷ്യരൂപം ഒരു സ്വിച്ച മർത്തി. മുകളിലെ പങ്ക കറങ്ങിത്തുടങ്ങിയതിന്റെ ശബ്ദം അവർ വ്യക്തമായി കേട്ടു.

ശൂന്യാകാശത്തിൽ

"ഇതുവരെ പതുക്കെയാണ് വാഹനം യാത്ര ചെയ്തത്. ഇനി അങ്ങനെയല്ല. നൂറിരട്ടി വേഗതയിലാണ് പറക്കാൻ പോകുന്നത്. മൂന്നുപേരും താഴെ ഇരിക്കണം."

മനുഷ്യരൂപം പറഞ്ഞു. അതുകേട്ടതും പിങ്കി ഇരുന്നു. ഇരുവശങ്ങളിലുമായി രവിയും കുഞ്ഞുവും ഇരുന്നു. ചുരുങ്ങിയ നേരംകൊണ്ട് അവരുടെ ഭയം മാറിയിട്ടുണ്ട്. മനുഷ്യരൂപം കുഴപ്പക്കാരനല്ല എന്ന് തോന്നലുണ്ടായിട്ടുണ്ട്.

"ഇത്ര നേരവും ഇതു പറന്നതെങ്ങനെയാണ്?"

രവി ചോദിച്ചു. "ഇപ്പോഴല്ലേ അങ്കിൾ വന്നത്?"

മനുഷ്യരൂപം ചെറുതായൊന്നു ചിരിച്ചു: "അതൊരു പരീക്ഷണമായിരുന്നു. കുറച്ചുദൂരം പറക്കാവുന്ന വിധത്തിൽ ഇതിനെ സജ്ജമാക്കി. ട്യൂൺ ചെയ്യുക എന്നാണു പറയേണ്ടത്. എന്നിട്ട് സ്വിച്ചോൺ ചെയ്ത് പുറത്തിറങ്ങി. നിശ്ചിതദൂരം പറന്നിട്ട് നിലത്തിറങ്ങും. കുറച്ചു കഴിഞ്ഞാൽ സ്വയം പ്രവർത്തനത്തിലൂടെ ഉയർന്ന് പുറപ്പെട്ട സ്ഥലത്തെത്തും. അതാണ് ഇതിന്റെ രീതി. കുറെ കാലമായി അങ്ങനെ ചെയ്യാറില്ല. ഇന്ന് ഒന്നുകൂടി പരീക്ഷിച്ചതാണ്. വഴിയിൽവെച്ച് നിങ്ങൾ കയറിപ്പറ്റുമെന്ന് ആരറിഞ്ഞു!"

"അതുകൊണ്ട് ഞങ്ങൾക്കും ആകാശത്തുകൂടെ യാത്ര ചെയ്യാനായല്ലോ!" കുഞ്ഞു ആഹ്ലാദത്തോടെ പറഞ്ഞു.

പങ്ക ശക്തമായി തിരിയാൻ തുടങ്ങി. വാഹനം ഇളകിയതുപോലെ.

"പേടിക്കരുത്..."

മനുഷ്യരൂപം പറഞ്ഞു: "ഇനി മുതൽ നല്ല വേഗതയിലാവും യാത്ര..."

പറഞ്ഞു തീർന്നില്ല ഒറ്റക്കുതിപ്പിന് വാഹനം മേലോട്ടുയർന്നു. കുട്ടികൾ അന്ധാളിച്ചുപോയി. പിറകിലേക്ക് നീങ്ങിയിരുന്ന് കൈകൾ പിറകിലേക്കു നീട്ടി അഴികളിൽ അമർത്തിപ്പിടിച്ചു.

വാഹനം ഒരുപാടു മുകളിലെത്തി. അതോടെ മുന്നോട്ടു കുതിച്ചു തുടങ്ങി. അപ്പോൾ എല്ലാം നിശ്ചലമായതുപോലെ. വായുവിൽ തങ്ങിയങ്ങനെ നില്ക്കുന്നതുപോലെ. കുട്ടികൾ പരസ്പരം നോക്കി. ആശ്വാസത്തിന്റെ തിളക്കം അവരുടെ കണ്ണുകളിൽ പ്രകടമായി.

തുരുത്തിൽനിന്ന് ഉയരുമ്പോൾത്തന്നെ മുൻഭാഗത്തെ വെളിച്ചം അണച്ചിരുന്നു. പകൽ മാഞ്ഞിട്ടില്ല. കാടിനു നടുവിൽ എന്തിരുട്ടായിരുന്നു! രാത്രിയായെന്നു തന്നെയാണ് കരുതുക. മുകളിലേക്ക് പോകുന്നതിനനുസരിച്ച് വെളിച്ചം കൂടിവരുന്നതുപോലെ. രവി മനുഷ്യരൂപം എന്താണു ചെയ്യുന്നതെന്നു നോക്കുകയാണ്. അവനാണ് തൊട്ടടുത്തുള്ളത്. വാഹനം ഉയർന്നപ്പോഴത്തെ അന്ധാളിപ്പു മാറിയതോടെ മൂവരും പിന്നിലെ പിടിവിട്ട് സ്വതന്ത്രരായിരിക്കയാണ്. എങ്കിലും കുഞ്ഞു പിങ്കിയുടെ അടുത്തുനിന്ന് നീങ്ങിയിട്ടില്ല. അവളെ ചേർത്തുപിടിച്ചിട്ടുമുണ്ട്.

മനുഷ്യരൂപം കാര്യമായി ഒന്നും ചെയ്യുന്നില്ലെന്ന് കുഞ്ഞു മനസ്സിലാക്കി. അയാൾ ഇരിക്കുന്ന ഇരിപ്പിടത്തിനടുത്തുള്ള സ്റ്റീലിന്റെ പ്രതലത്തിൽ അങ്ങോട്ടുമിങ്ങോട്ടും നീക്കാവുന്ന ചില സൂചകങ്ങളുണ്ട്. അവിടെയാണ് വാഹനത്തിന്റെ വേഗത നിയന്ത്രിക്കുന്നത്. ഗതിനിയന്ത്രണവും അങ്ങനെതന്നെ. അതൊക്കെ മനസ്സിലാക്കിയാൽ കൊള്ളാമെന്ന് അവനു തോന്നി. എങ്ങനെ

പറയും?

രൂപം കണ്ടിട്ട് മനുഷ്യനാണെന്നു പറയുകയാണ്. കൈകാലുകൾ പുറത്തുകാണുന്നില്ല. ശബ്ദമാണെങ്കിൽ പെണ്ണുങ്ങളുടേതുപോലെയും. ആകെക്കൂടി എന്തോ കുഴപ്പമുണ്ട്.

"എന്താ നോക്കുന്നത്?"

ഇരുന്നേടത്തിരുന്ന് ഏന്തി നോക്കുന്നതു കണ്ടിട്ടാകണം മനുഷ്യരൂപം ചോദിച്ചു: "വണ്ടി ഓടിക്കാൻ പഠിക്കണോ?"

വേണമെന്നോ വേണ്ടെന്നോ പറഞ്ഞില്ല. മനുഷ്യരൂപം ഒന്നു ചിരിച്ചു. മക്കാറാക്കുന്ന ചിരി.

"ഇതിൽ പഠിക്കാനൊന്നുമില്ല. വളരെ എളുപ്പമാണ് ഈ വണ്ടിയോടിക്കാൻ. പക്ഷേ, തെറ്റുപറ്റിയാൽ സംഗതി കുഴയും...." ഒരു സൂചകം ഒന്നു മുന്നോട്ടു നീക്കിയിട്ട് മനുഷ്യരൂപം പറഞ്ഞു.

അയാൾ വേഗത കൂട്ടുകയാണു ചെയ്തത്.

"ഇപ്പോൾ എത്ര വേഗതയിലാവും പോകുന്നുണ്ടാവുക!" ആകാംക്ഷ കലശലായപ്പോൾ അവൻ ചോദിച്ചു. "ഇതാ, ഇപ്പോൾ രണ്ടായിരം കിലോമീറ്ററായി..." സൂചകത്തിനുനേരെ കൈ കാണിച്ച് മനുഷ്യരൂപം പറഞ്ഞു.

രണ്ടായിരം കിലോമീറ്ററോ? വിശ്വസിക്കാൻ കഴിഞ്ഞില്ല. റോഡിലൂടെ വാഹനങ്ങൾ ഓടുന്നത് നാല്പതും അമ്പതും കിലോമീറ്ററിലാണ്.

"ഇത് കുറവാണ്. ഇപ്പോൾത്തന്നെ അയ്യായിരമാകും. പിന്നെയും കുറച്ചു കഴിഞ്ഞാൽ പതിനായിരം..." അതു പറഞ്ഞ് മനുഷ്യരൂപം അവന്റെ കണ്ണികളിലേക്ക് നോക്കി. അവൻ സത്യമായും വിസ്മയത്തിലാണ്. അപ്പോൾ എവിടെയാണ് ഈ അങ്കിളിന്റെ നാട്! ഇത്രയും ദൂരെനിന്ന് ഇവർ എങ്ങനെയാണ് ഭൂമി കണ്ടെത്തിയത്? ഇനി ഇതൊക്കെ വെറുതെ പറയുന്നതാണോ? ആകാശത്തുകൂടി ഇങ്ങനെ കുറെ പറന്ന് ഒടുവിൽ പുറപ്പെട്ടേടത്തു തന്നെ തിരിച്ചിറങ്ങുമോ? അങ്ങനെയെങ്കിൽ വട്ടം ചുറ്റിയല്ലേ പറക്കേണ്ടത്! ആലോചിച്ചിട്ട് എത്തും പിടിയും കിട്ടുന്നില്ല. അവൻ നിസ്സഹായനായി പുറത്തേക്കു നോക്കിയിരുന്നു. വരുംപോലെ വരട്ടെ. വൈകാതെ മദ്രസ വളപ്പിൽ ഇറക്കാമെന്നാ

ണല്ലോ പറഞ്ഞത്. നോക്കാം. പിങ്കി ഒന്നു മയങ്ങിപ്പോയി. കണ്ണടച്ചുപോയത് പാവം അറിഞ്ഞില്ല. കുഞ്ഞുവിന്റെ മുതുകിൽ നെറ്റി ഇടിച്ചപ്പോഴാണ് ഞെട്ടിയുണർന്നത്. കുഞ്ഞു ചിരിച്ചുപോയി.

"അയ്യേ, പിങ്കൂട്ടി ഒറങ്ങ്യേ...?"

അവൻ ചോദിച്ചു. ഇല്ലെന്ന് അവൾ തലയാട്ടി. സ്റ്റീലിന്റെ പ്രതലത്തിലിരുന്ന് കാലുകളിൽ തണുപ്പു കയറിയിട്ടുണ്ട്. വാഹനം മുകളിലേക്കുയർന്നപ്പോൾ തണുപ്പു കൂടുകയാണുണ്ടായത്. കാൽ മടക്കി തറയിലിരുന്ന് ശീലമില്ലല്ലോ. എഴുന്നേറ്റു നിന്നാൽ കൊള്ളാമെന്ന് കുഞ്ഞുവിനു തോന്നി.

എങ്ങനെ ചോദിക്കും? ചോദിച്ചാൽ എങ്ങനെ പ്രതികരിക്കുമെന്നും അറിയില്ല. കണ്ടേടത്തോളം ക്രൂരനൊന്നുമല്ല മനുഷ്യരൂപം. എന്നാലും, എപ്പോഴാണ് സ്വഭാവത്തിനു മാറ്റം വരികയെന്നു പറയാൻ പറ്റില്ലല്ലോ.

"ഇരുന്നു മുഷിഞ്ഞോ?"

പെട്ടെന്ന് മനുഷ്യരൂപം ചോദിച്ചു. കുഞ്ഞുവിന് അത്ഭുതം തോന്നി. എങ്ങനെ പറയുമെന്ന് ആലോചിക്കുമ്പോഴാണല്ലോ ഇങ്ങോട്ടു ചോദിക്കുന്നത്!

"കാലു വേദനിക്കുന്നുണ്ട്..." കുഞ്ഞു പറഞ്ഞു.

മനുഷ്യരൂപം ചെറുതായൊന്നു ചിരിച്ചു.

"ഇപ്പോൾ എണീറ്റു നില്ക്കുന്നതിൽ കുഴപ്പമില്ല. സമനിരപ്പിലായതിനാൽ വണ്ടിക്ക് ഇളക്കമുണ്ടാകില്ല. ഇറങ്ങാൻ നേരം ഞാൻ പറയാം. അപ്പോൾ ഇരുന്നാൽ മതി."

ഹാവൂ! എന്തൊരാശ്വാസം! ഒറ്റക്കുതിപ്പിന് എഴുന്നേറ്റു. രണ്ടു പേരും കൂടി പിങ്കിയെ എണീക്കാൻ സഹായിക്കുകയും ചെയ്തു.

തണുപ്പു കൂടിവരികയാണ്. അസഹ്യം എന്നു പറഞ്ഞു കൂടാ. വൃശ്ചികമാസത്തിൽ അതിരാവിലെ എഴുന്നേറ്റ് അച്ഛന്റെ കൂടെ അമ്പലത്തിൽ പോകാറുള്ളത് ഓർക്കുകയാവും രവി. അവന്റെ അച്ഛൻ എല്ലാ മണ്ഡലകാലത്തും വ്രതമെടുക്കാറുണ്ട്.

ഇടതുചെവി അമർത്തിപ്പിടിച്ചുകൊണ്ട് പിങ്കി അസഹ്യത

പ്രകടിപ്പിച്ചു. അപ്രതീക്ഷിതമായി ചെവിയിലുണ്ടായ വേദന അവളെ പേടിപ്പിച്ചിട്ടുണ്ട്. കാര്യം ചോദിച്ചു മനസ്സിലാക്കിയ കുഞ്ഞു വെപ്രാളത്തോടെ പറഞ്ഞു.

"അങ്കിൾ, ഇവൾക്കു ചെവി വേദനിക്കുന്നെന്ന്...?"

"ഓ... ഉയരം കൂടുമ്പോൾ ചിലർക്ക് അങ്ങനെയാണ്."

മനുഷ്യരൂപം പറഞ്ഞു: "ഒരു കാര്യം ചെയ്യാം. ആരുടെ കൈയിലാണ് ടവ്വലുള്ളത്? തല്ക്കാലം അതുകൊണ്ടു രക്ഷപ്പെടാം."

രവി പോക്കറ്റിൽനിന്ന് ടവ്വലെടുത്തു. ഇക്കാര്യം ഈ അങ്കിൾ എങ്ങനെ അറിഞ്ഞു എന്ന മട്ടിൽ കുഞ്ഞു കണ്ണു തുറിച്ചു.

"ടവ്വൽ മടക്കി പിങ്കിക്കുട്ടീടെ രണ്ടു ചെവിയും ചേർത്ത് മുറുക്കിക്കെട്ടു..."

മനുഷ്യരൂപം പറഞ്ഞതുപോലെ രവി അവളുടെ ചെവി ചേർത്തു കെട്ടി.

"ഇപ്പോൾ വേദനയുണ്ടോ പിങ്കിക്കുട്ടീ?"

മനുഷ്യരൂപം ചോദിച്ചു. അവൾ ഇല്ലെന്നു തലയാട്ടി.

അപ്പോഴാണ് വാഹനത്തിനു തൊട്ടുതാഴെ കാർമേഘം പുക പടലംപോലെ നിറഞ്ഞുകിടക്കുന്നത് രവിയുടെ കണ്ണിൽപ്പെട്ടത്. അവനത് കുഞ്ഞുവിനു ചൂണ്ടിക്കാണിച്ചു കൊടുത്തു. വെറുതെയല്ല പിങ്കിയുടെ ചെവി വേദന!

അങ്ങനെ നോക്കിനിന്നപ്പോൾ കാർമേഘത്തിനു മുകളിലൂടെ തങ്ങളുടെ വാഹനം തെന്നിത്തെന്നി പോവുകയാണെന്ന് അവർക്കു തോന്നി.

എത്രനേരം അങ്ങനെപോയി? അറിയില്ല. നിന്നുനിന്ന് കാലു കഴച്ചുവെന്നു തോന്നി. ഇനി ഇരുന്നാലോ? കുഞ്ഞു ഓർത്തു.

അപ്പോൾ ആഹ്ലാദകരമായ സ്വരത്തിൽ മനുഷ്യരൂപം അറിയിച്ചു: "ഇതാ നമ്മൾ എത്താറായി. വാഹനം താഴോട്ടിറങ്ങുകയാണ്. എല്ലാവരും ഇരിക്കണം..."

അവർ മുമ്പത്തെപ്പോലെ ഇരുന്നു. പിറകിലെ അഴികളിൽ അമർത്തിപ്പിടിച്ചു.

ആദ്യം നിശ്ചലമായി. പിന്നെ ഒന്നു വിറച്ചു. അതിനുശേഷം വാഹനം കയറുപൊട്ടിയ ബക്കറ്റുപോലെ നേരെ താഴോട്ടു കുതിക്കുകയാണ്.

ആരാണ് പേടിക്കാതിരിക്കുക! രവിയും കുഞ്ഞുവും പിങ്കിയും സ്വിച്ചിട്ടാലെന്നപോലെ കണ്ണടച്ചു. പേടികൊണ്ട് അവരുടെ തൊണ്ട വരണ്ടുപോയി.

ആകാശക്കപ്പൽ

“ധൈര്യശാലികളേ കണ്ണുതുറന്നോളൂ. നമ്മൾ താഴെ എത്തിയിരിക്കുന്നു....”

ചിരിയുടെ അകമ്പടിയോടെ മനുഷ്യരൂപം പറയുന്നതുകേട്ട് മൂവരും കണ്ണുതുറന്നു. ശരിയാണ്. വാഹനം നിന്നിരിക്കുന്നു. മൂന്നുപേർക്കും ചെറിയ ചമ്മലുണ്ട്. താഴോട്ടിറങ്ങുമ്പോൾ പേടിച്ചില്ലേ? എഴുന്നേറ്റുനിന്ന് ചുറ്റുപാടും നോക്കുമ്പോൾ പരന്നുകിടക്കുന്ന പാറക്കെട്ടുകൾ മാത്രം. കറുത്തിരുണ്ട വലിയൊരു പുതപ്പുകൊണ്ടു മൂടിയതുപോലെ. പച്ചപ്പു കാണാനില്ല. ഒറ്റ മരമില്ല. വിശാലമായ ഒരു കുന്നിൻപുറത്താണ് ഇറങ്ങിയിരിക്കുന്നത്. താഴ്ന്ന പ്രദേശങ്ങളിൽ പച്ചപ്പുണ്ടാകുമായിരിക്കും – കുഞ്ഞു വിചാരിച്ചു.

മുകളിലെ പങ്ക കറങ്ങിക്കൊണ്ടിരിക്കയാണ്. അതു നിന്നിട്ടു വേണമായിരിക്കും പുറത്തിറങ്ങാൻ. മനുഷ്യരൂപം ഏതൊക്കെയോ സ്വിച്ചുകൾ അമർത്തുന്നുണ്ട്.

“ഈ വണ്ടീടെ പേരെന്താ...?”

പെട്ടെന്ന് പിങ്കി ചോദിച്ചു. എന്തുകൊണ്ട് ഈ ചോദ്യം നേരത്തെ ചോദിച്ചില്ലെന്ന് രവിക്കും കുഞ്ഞുവിനും ജാള്യത തോന്നി.

മനുഷ്യരൂപം കൗതുകത്തോടെ പിങ്കിയെ നോക്കി. കൊള്ളാമല്ലോ എന്നു ചോദിക്കുന്നതുപോലെയാണ് ആ നോട്ടം.

"ഇത് ആകാശത്തുമാത്രം യാത്ര ചെയ്യാനുള്ള വാഹനമാണ്. ഭൂമിയിൽ ഇതു വന്നു നില്ക്കുമെങ്കിലും ഒട്ടും ചലിക്കാൻ കഴിയില്ല. തുറന്ന വാഹനമായതിനാൽ വിമാനമെന്നും വിളിക്കാൻ പറ്റില്ല."

മനുഷ്യരൂപം പറഞ്ഞു: "ഞങ്ങളുടെ നാട്ടിൽ വേറെ വാഹനമൊന്നുമില്ല. അതുകൊണ്ട് ഇതിനു പ്രത്യേക പേരൊന്നുമില്ല."

"എന്നാൽ നമുക്കൊരു പേരിടാം...." കുഞ്ഞു പറഞ്ഞു.

"ശരി. ആയിക്കോട്ടെ." മനുഷ്യരൂപം സമ്മതിച്ചു.

മുകളിലെ പങ്കയുടെ പ്രവർത്തനം നിലച്ചിരുന്നു. അതറിയാതെ വാഹനത്തിനു പേരു കണ്ടുപിടിക്കാൻ തല പുകയ്ക്കുന്ന കുട്ടികളെ മനുഷ്യരൂപം കൗതുകത്തോടെ നോക്കി നിന്നു. അല്പനേരത്തെ കുശുകുശുക്കലിനുശേഷം രവി തിരിഞ്ഞു നിന്നിട്ടു പറഞ്ഞു: "ഞങ്ങളൊരു പേരു കണ്ടെത്തി."

മനുഷ്യരൂപത്തിന്റെ പ്രതികരണമറിയാനായി അവർ ആകാംക്ഷയോടെ നോക്കി.

"ശരി, കേൾക്കട്ടെ...."

"ആകാശക്കപ്പൽ...." ഓരോ അക്ഷരവും വ്യക്തമാകുന്ന രീതിയിൽ നിർത്തിനിർത്തി രവി പറഞ്ഞു.

"കൊള്ളാം നല്ല പേര്...." അല്പനേരം എന്തോ ഓർത്തിട്ട് മനുഷ്യരൂപം പറഞ്ഞു: "ഇംഗ്ലീഷിലാവുമ്പോൾ എയർഷിപ്പ്! നല്ല പേര്! ഞങ്ങളിനി ഇതിനെ ഇങ്ങനെ വിളിച്ചോളാം...."

അതിനിടെ പുറത്തേക്കുള്ള വാതിൽ തുറന്നിരുന്നു. മനുഷ്യരൂപം ആദ്യം പുറത്തിറങ്ങി. പിറകെ മൂവർ സംഘവും.

കരിമ്പാറപ്പരപ്പിൽ ഇറങ്ങി നിന്നപ്പോൾ വല്ലാത്ത ആളലോടെ കുഞ്ഞു അന്തംവിട്ടു നിന്നു. മണ്ണിന്റെ സാന്നിദ്ധ്യമേയില്ല. വീടിന്റെ അകംപോലെ വൃത്തിയായിക്കിടക്കുന്നു ചുറ്റുപാടും. കുന്നും മലയുമൊന്നും കാണാനില്ല. എങ്ങും പരന്നുകിടക്കുന്ന കരിമ്പാറ. മിനുസപ്പെടുത്തിയ പ്രതലത്തിൽ തെന്നിവീഴുമെന്നു തോന്നും. രവിയും കുഞ്ഞുവും ചെരിപ്പഴിച്ച് രണ്ടടി

നടന്നുനോക്കി. നല്ല സുഖം! ഇവിടെ എന്തിനാണ് ചെരിപ്പെന്ന് അവർക്കു തോന്നി. അപ്പോഴാണ് അവരതു ശ്രദ്ധിച്ചത്. മനുഷ്യ രൂപത്തിന്റെ കാലിൽ ചെരിപ്പില്ല. വലിയ കോട്ടുകൊണ്ട് ശരീരം മറച്ചിരുന്നതിനാൽ അക്കാര്യം കണ്ണിൽപ്പെട്ടില്ല. “ഞങ്ങൾ ചെരി പ്പിടാറില്ല....”

കുട്ടികളുടെ പ്രവർത്തനങ്ങൾ നോക്കിനിന്ന മനുഷ്യരൂപം പറഞ്ഞു: “ഇവിടെ അതിന്റെ ആവശ്യമില്ല.” വാഹനത്തിന്റെ അടുത്തുനിന്ന് കുറച്ചുകൂടി മുന്നോട്ടു നടന്നശേഷം അവർ ചുറ്റു പാടും ഒന്നുകൂടി നോക്കി.

യാതൊന്നും കാണാനില്ല. ഒരു ജീവിയുമില്ല. മനുഷ്യരില്ല. തികഞ്ഞ ശാന്തത. കടലിന്റെ നടുവിൽപ്പെട്ടതുപോലെ. രവി ഭീതിയോടെ കുഞ്ഞുവിനെനോക്കി. കാലിന്റെ പെരുവിര ലിൽനിന്ന് ഭയം അരിച്ചുകയറുന്നത് കുഞ്ഞു അറിഞ്ഞു. പിങ്കി പേടി ലവലേശമില്ലാതെ ചുറ്റും കൗതുകപ്പെടുകയാണ്.

“ഇവിടെ മറ്റാരുമില്ലേ അങ്കിൾ?” അവൾ ചോദിച്ചു.

"ഉണ്ടല്ലോ. എല്ലാവരും ഇവിടെ അടുത്തു തന്നെയുണ്ട്. അങ്ങോട്ടു പോകുന്നതിനുമുമ്പ് ഒരു കാര്യം. എന്റെ ആളുകൾ നിങ്ങളെപ്പോലെയല്ല കാണാൻ. ചില വ്യത്യാസങ്ങളൊക്കെ യുണ്ട്. പേടിക്കരുത്..."

കുറേക്കൂടി അടുത്തേക്കു നീങ്ങിനിന്നിട്ട് മനുഷ്യരൂപം ചോദിച്ചു: "പേടിക്കുമോ?"

"ഇല്ല..."

അല്പം പേടിയോടെയാണെങ്കിലും കുഞ്ഞു പറഞ്ഞു. രവിയും ഇല്ലെന്നു തലയാട്ടി.

"മിടുക്കന്മാർ... അവരെല്ലാം ഇപ്പോൾ ഒരു മീറ്റിങ്ങിലായി രിക്കും. നമ്മൾ അങ്ങോട്ടാണു പോകുന്നത്. നിങ്ങൾ പിറകിൽ നില്ക്കണം. ഞാൻ മുമ്പോട്ടുനടന്ന് നിങ്ങളെ പരിചയപ്പെ ടുത്തും. ആ സമയത്ത് മുമ്പിൽ വന്നാൽമതി."

മൂവരും സമ്മതഭാവത്തിൽ തലകുലുക്കി.

"പിന്നെ, എന്റെ പേര് സെഡ്. മറക്കരുത്, സെഡ്..."

മനുഷ്യരൂപം മുന്നോട്ടു നടന്നു. പിറകെ നീങ്ങുമ്പോൾ അയാളുടെ പേരിനെക്കുറിച്ചാണ് കുഞ്ഞു ആലോചിച്ചത്. സെഡ്! ഇംഗ്ലീഷിലെ ഒടുക്കത്തെ അക്ഷരം. ഇങ്ങനെതന്നെയാ കുമോ ബാക്കിയുള്ള പേരുകളും!

അല്പദൂരം ചെന്നപ്പോൾ താഴോട്ട് ഏതാനും പടികൾ പ്രത്യക്ഷപ്പെട്ടു. നല്ല തടിയുള്ള ഒരാൾക്ക് അനായാസം ഇറ ങ്ങാവുന്നത്ര വലിപ്പമേയുള്ളൂ വിടവിന്. സെഡ് അങ്കിൾ തിരി ഞ്ഞുനോക്കാതെ പടികളിറങ്ങാൻ തുടങ്ങി. തൊട്ടുപിറകെ പിങ്കി. അവൾക്കു പിറകെ കുഞ്ഞു. അവസാനം രവിയും.

ഏതാനും പടികൾ ഇറങ്ങിയപ്പോൾ അടിയിൽനിന്ന് പല വിധത്തിലുള്ള ശബ്ദങ്ങൾ കേട്ടുതുടങ്ങി. എന്തെല്ലാമോ പണി കൾ നടക്കുന്നുണ്ട്. ധാരാളം ആളുകളുണ്ട്. ശബ്ദകോലാഹലം അടുത്തടുത്തു വന്നു.

നിരപ്പായ ഒരിടത്തെത്തി. അങ്കിൾ വലതുവശത്തേക്കു തിരി ഞ്ഞു. ഏതാനും അടി മുന്നോട്ടുപോയപ്പോൾ അവർ ഒരു ഹാളിൽ എത്തിച്ചേർന്നു. അവർ പിറകിലൂടെയാണ് ചെല്ലുന്നത്.

അവർക്കു പുറംതിരിഞ്ഞു നിന്ന് കുറെപ്പേർ എന്തോ മന്ത്രിക്കുന്നുണ്ട്.

അവിടെ നില്ക്കാൻ സെഡങ്കിൾ ആംഗ്യം കാണിച്ചു. അവരെ അവിടെ നിർത്തിയിട്ട് അങ്കിൾ ഒരുവശത്തുകൂടി മുന്നോട്ടു പോവുകയാണ്. മുമ്പിൽ ചെറിയൊരു സ്റ്റേജ് കാണാനുണ്ടെങ്കിലും അതിന്മേൽ ആരുമില്ല.

കറുത്ത ബനിയനും പാന്റുമാണ് എല്ലാവരും ധരിച്ചിരിക്കുന്നത്. യൂണിഫോം പോലെ തോന്നും. അങ്ങനെ നോക്കി നില്ക്കുമ്പോൾ പെട്ടെന്ന് കുഞ്ഞു അതുകണ്ടു. അവർക്കാർക്കും കൈവിരലുകളില്ല. അവൻ രവിയെ തോണ്ടി വിളിച്ച് കാണിച്ചു കൊടുത്തു. നേരാണ് ഇടതുകൈയുടെ അറ്റത്ത് ചട്ടുകം പോലെ അല്പം പരന്നുകാണുന്നു. തല വെട്ടിച്ച് വലതു കൈ കാണാൻ അവർ ശ്രമിച്ചു. ആ കാഴ്ച കണ്ട് രവിയും കുഞ്ഞുവും വിശ്വാസം വരാതെ കണ്ണുമിഴിച്ചു. വലതു കൈപ്പത്തിയിൽ സ്കെയിലിന്റെ അറ്റംപോലെ അറ്റംകൂർത്ത ഒരുഭാഗം. ആകെയുള്ള വിരൽ അങ്ങനെയാണ്.

അപ്പോൾ പിങ്കി ഇരുവരെയും അടുത്തുവിളിച്ച് എന്തോ പറഞ്ഞു. അവൾക്കു വാക്കുകൾ പുറത്തുവരുന്നില്ല. പ്രയാസപ്പെട്ട് കൈചൂണ്ടി എന്തോ കാണിക്കാൻ ശ്രമിക്കുകയാണ്. എന്തിനാണെന്നറിഞ്ഞില്ല, അപ്പോൾ ഏറ്റവും പിറകിൽ നിന്ന ഒരാൾ ഒന്നു തലവെട്ടിച്ചു.

പിങ്കി എന്താണു പറയാൻ ശ്രമിച്ചതെന്ന് അപ്പോഴാണ് മറ്റുള്ളവർക്ക് മനസ്സിലായത്.

അയാൾക്ക് ചെവിയില്ല. അവിടെ ഒരു ദ്വാരം മാത്രം. മറുഭാഗത്തു നോക്കിയപ്പോൾ അവിടെയും അങ്ങനെതന്നെ.

"തലയിൽ കറുത്ത തൊപ്പിയാണ്...."

രവി അടക്കം പറഞ്ഞു. അതു ശരിയാണെന്ന് കുഞ്ഞു മനസ്സിലാക്കി. കറുത്ത, നേർത്ത തൊപ്പി. ഒറ്റനോട്ടത്തിൽ മുടിയല്ലെന്നു പറയില്ല.

ഇനി ഇവർക്ക് തലയിൽ മുടിയുമില്ലേ? രവി സംശയിച്ചു. സെഡങ്കിൾ ശരീരമാകെ കറുത്ത കോട്ടിട്ടു മറച്ചതിന്റെ കാരണം

അവനു പിടികിട്ടി. ഇതൊരു വിചിത്ര ജനവിഭാഗം തന്നെ.

എല്ലാവർക്കും മുമ്പിലേക്കു കയറിനിന്ന് സെഡങ്കിൾ എന്തോ പറയുകയാണിപ്പോൾ. രവി കുഞ്ഞുവിന്റെ പുറത്തു തട്ടി ശ്രദ്ധിക്കാനാവശ്യപ്പെട്ടു.

സെഡങ്കിൾ

"കുറെ കാലത്തിനുശേഷം ഭൂമിയിൽ നിന്നുള്ള മൂന്നു കൊച്ചുകൂട്ടുകാർ ഇവിടെ വന്നിട്ടുണ്ട്."

മുമ്പിലെ സ്റ്റേജിൽ കയറിനിന്നിട്ട് സെഡങ്കിൾ ഒച്ചയുയർത്തി പറഞ്ഞു. "നമ്മുടെ വാഹനത്തെ ഒന്നു പരീക്ഷിക്കാനായി നമ്മുടെ ഐലന്റിൽവെച്ച് ഞാനൊരു ശ്രമം നടത്തി. ട്യൂൺ ചെയ്തു വിട്ടു. ഇറങ്ങിയേടത്ത് ഈ കൂട്ടുകാരുണ്ടായിരുന്നു. ഒരു രസത്തിന് അവർ അകത്തുകയറി വാതിലടച്ചതിനാൽ വാഹനം റീസ്റ്റാർട്ടാവുകയും ചെയ്തു."

അവരുടെ നേരെ കൈയുയർത്തി അങ്കിൾ വിളിച്ചു:

"വരൂ, സുഹൃത്തുക്കളേ..."

ഹാളിന്റെ അരികിലൂടെ മുമ്പിലേക്കു നടക്കുമ്പോൾ കുഞ്ഞു ഓർത്തു. ലിവർ വലിച്ച് വാതിൽ അടച്ചതുകൊണ്ടാണ് ആകാശക്കപ്പൽ ഉയർന്നത്. അല്ലെങ്കിൽ അവിടെത്തന്നെ നില്ക്കുമായിരുന്നു.

സ്റ്റേജിൽ കയറി തിരിഞ്ഞതും അവർ അത്ഭുതസ്തബ്ധരായി. വരിവരിയായി അച്ചടക്കത്തോടെ നില്ക്കുന്നവർക്ക് മൂക്കുമില്ല. അവിടെയും ഒരു ദ്വാരം!

എല്ലാവരും കൗതുകത്തോടെയാണ് നോക്കുന്നതെന്ന് കുഞ്ഞുവിനു തോന്നി.

"ഇത് ഷാഹുൽ...."

അറ്റത്തു നില്ക്കുന്ന അവനെ ചൂണ്ടി സെഡങ്കിൾ പറഞ്ഞു. പിന്നെ മറ്റുള്ളവരെ പരിചയപ്പെടുത്തി.

"ഇത് ഷാഹുലിന്റെ അനുജത്തി ഷഹർബാൻ, ഇത് രവിചന്ദ്രൻ. ഇവർ ധൈര്യശാലികളാണ്. സമർത്ഥരാണ്, മിടുക്കരുമാണ്..."

സദസ്സിൽനിന്ന് ആഹ്ലാദസൂചകമായ ആരവമുയർന്നു. കുഞ്ഞുവും രവിയും നാണത്തോടെ തല കുനിച്ചപ്പോൾ പിങ്കി ഗമയിൽ തലയുയർത്തുകയാണു ചെയ്തത്.

"ഇവർക്ക് ഉടനെ തിരിച്ചു പോകേണ്ടതുണ്ട്."

സെഡങ്കിൾ പിന്നെയും പറഞ്ഞു: "ഇരുട്ടാകുന്നതിനുമുമ്പ് വീട്ടിലെത്തണം. അതിനുമുമ്പ് ഇവിടെയൊക്കെ ഒന്നു കാണിച്ചു കൊടുക്കണം. രണ്ടുപേരെ ചുമതലപ്പെടുത്താം. എന്താ...?"

ആരും ഒന്നും പറഞ്ഞില്ല. അല്പനേരം ആലോചിച്ചിട്ട് അങ്കിൾ വിളിച്ചു: "സി നയൻ.... എവിടെ?" പിറകിൽനിന്ന് ഒരു കൈ ഉയർന്നു.

"ശരി. ഇനി എക്സ് ത്രീ...."

മറ്റൊരു കൈ ഉയർന്നുവന്നു.

"ബാക്കിയുള്ളവരും സഹായിക്കണം. അരമണിക്കൂർ കൊണ്ട് എല്ലായിടവും കാണിച്ച് കിച്ചണിൽ കൊണ്ടുപോയി കഴിച്ചതിനുശേഷം പുറപ്പെടാം. ഇപ്പോൾ എല്ലാവർക്കും പിരിയാം...."

സെഡങ്കിൾ പറഞ്ഞുതീർന്നതും എല്ലാവരും സ്റ്റേജിനടുത്തേക്കു വന്നു. അപ്പോൾ അങ്കിൾ മൂന്നുപേരെയും ചേർത്തു നിർത്തിയിട്ടു പറഞ്ഞു: "മടങ്ങിപ്പോകാറാകുമ്പോൾ ഞാനെത്തും. അത്യാവശ്യമായി ഒരിടത്തു പോകാനുണ്ട്. ഇവർ നിങ്ങളെ എല്ലാം കാണിക്കും. എന്താ...?"

അവർ സമ്മതിച്ചു. അങ്കിൾ അപ്പോൾത്തന്നെ എങ്ങോ മറയുകയും ചെയ്തു.

"ഞാൻ സി നയൻ...." ഒരാൾ കയറിവന്ന് സ്വയം പരിചയപ്പെടുത്തി. അപ്പോൾ രണ്ടാമത്തെയാളും വന്നു: "ഞാനാണ് എക്സ് ത്രീ...." രണ്ടുപേർക്കും സ്ത്രീകളുടെ ശബ്ദമാണ്. ബാക്കിയുള്ളവരും അടുത്തു വന്ന് കൗതുകത്തോടെ നില്ക്കുന്നുണ്ട്. ആരോഗ്യവാന്മാരാണ് എല്ലാവരുമെന്ന് കുഞ്ഞു മനസ്സിലാക്കി. കൈകാലുകളിലെ മസിലുകൾ എഴുന്നുനില്ക്കുന്നു.

രവി മറ്റൊരു കാര്യമാണ് ശ്രദ്ധിച്ചത്. അക്കൂട്ടത്തിൽ സ്ത്രീകൾ ആരും തന്നെയില്ല. എല്ലാം പുരുഷന്മാർ! കുറച്ചു നേരം അങ്ങനെ കൂട്ടംകൂടി നിന്നശേഷം ബാക്കിയുള്ളവർ പല വഴിക്കു പിരിഞ്ഞുപോയി. ചുമതലപ്പെടുത്തിയ രണ്ടുപേർ അവരെയുമായി ഹാളിനു പുറത്തിറങ്ങി. പാറക്കെട്ടു തുരന്നുണ്ടാക്കിയ താമസ സ്ഥലമാണതെന്ന് അപ്പോൾ മനസ്സിലായി. വെയിലും മഴയും കൊള്ളില്ലെന്ന് സെഡങ്കിൾ പറഞ്ഞതു വെറുതെയല്ല. വീടിന്റെ മേല്ക്കൂരയുടെ അത്ര ഉയരമുണ്ട് ഗുഹയുടെ മുകൾത്തട്ടിനെന്ന് രവിക്കു തോന്നി.

"നിങ്ങൾക്കൊക്കെ എന്താ ഇങ്ങനത്തെ പേര്? ഇംഗ്ലീഷക്ഷരങ്ങളല്ലേ?"

വരാന്തപോലെയുള്ള ഒരിടത്തുകൂടി നടക്കുമ്പോൾ കുഞ്ഞു ചോദിച്ചു.

"അതാണിവിടത്തെ രീതി..." സി നയൻ പറഞ്ഞു.

“ഒരേ പേരുള്ള ഒരുപാടാളുകൾ കാണും. നമ്പർകൊണ്ട് അവരെ തിരിച്ചറിയാം. ഞാൻ സി നയനാണ്. സി വൺ, സി ടൂ എന്നിങ്ങനെ വേറെ പേരുണ്ട്.”

“പത്തുവരെയാണ് ഞങ്ങളുടെ നമ്പർ. അതിനു മുകളിൽ സ്ത്രീകളാണ്.” എക്സ് ത്രീ പറഞ്ഞു.

“എന്നിട്ട് സ്ത്രീകളെ കാണുന്നില്ലല്ലോ?” രവി ചോദിച്ചു: “അവരൊക്കെ എവിടെയാണ്?”

“അവർ മറ്റൊരു സെഗ്മെന്റിലാണ്. കുറച്ചു കഴിഞ്ഞ് നമുക്കങ്ങോട്ടു പോകാം...”

അവർ ചെറിയൊരു ഗ്രൗണ്ടിലെത്തി. കൊച്ചുകുട്ടികൾ പലവിധ കളികളിലാണ്. തറയിൽ കള്ളികൾ വരച്ച് നെടുകയും കുറുകയുമായി ചാടുന്നു. ചിലർ പിറകെ ചാടുന്നു. അങ്ങനെ ചെറിയ കൂട്ടങ്ങളായി തിരിഞ്ഞു കളിക്കുകയാണ്.

“ഇതെന്തു കളിയാണ്?” പിങ്കി ചോദിച്ചു.

“അയ്യോ അവർ കളിക്കുകയല്ല.” എക്സ് ത്രീ അവളെ തിരുത്തി: “ഇവിടെ കളി എന്നൊരേർപ്പാടില്ല. അവർ കണക്കു പഠിക്കുകയാണ്. ഒന്നു മുതൽ പത്തുവരെയുള്ള അക്കങ്ങൾ കൂട്ടാൻ പഠിക്കുകയാണ്.” “അതിന് സ്കൂളിൽ പോയാൽ പോരേ?” രവി ചോദിച്ചു. ഒരു ചിരിയായിരുന്നു മറുപടി. സി നയൻ മുന്നോട്ടു വന്നു പറഞ്ഞു: “ഇതു തന്നെയാണ് ഞങ്ങളുടെ സ്കൂൾ. ഇപ്പോൾ കൊച്ചുകുട്ടികളുടെ ക്ലാസാണ്. ഇങ്ങനെ ഓരോ കൂട്ടർക്കും വേറെ വേറെ ക്ലാസുകളുണ്ടാകും.”

“എല്ലാവരും ഈ കള്ളികളിൽ ചാടിക്കളിച്ചാണോ പഠിക്കുന്നത്?” കുഞ്ഞു കൗതുകത്തോടെ തിരക്കി. “അല്ലല്ല...” സി നയൻ വിശദീകരിച്ചു: “ഓരോ കൂട്ടർക്ക് ഓരോ രീതി. ഞങ്ങളൊക്കെ കൃഷിചെയ്തും അടുക്കളപ്പണി ചെയ്തുമൊക്കെയാണ് പഠിക്കുന്നത്. പിന്നെ കൂടുതൽ നേരവും കമ്പ്യൂട്ടറിന്റെ മുമ്പിലാണല്ലോ....”

അവർ നടന്നു. എത്ര മിനുസമുള്ള തറ! കുഞ്ഞു അത്ഭുതപ്പെട്ടു. ആർക്കും ചെരിപ്പില്ല. കാൽ കഴുകിയേ നടക്കാൻ തോന്നൂ. ചെരിപ്പിട്ടതിൽ അവന് ആദ്യമായി ജാള്യത തോന്നി.

പാറയുടെ ഉൾഭാഗമാണെന്നു തോന്നുകയേയില്ല. ഒന്നാമത് വളരെ വിസ്തൃതമായ പ്രദേശം. വൃത്തിയായി വെട്ടിയെടുത്തിരിക്കുന്നു. കോൺക്രീറ്റാണെന്നേ മുകളിലേക്കു നോക്കുമ്പോൾ തോന്നൂ.

ഒന്നു രണ്ടുപേർ തലയിൽ തൊപ്പിയിടാതെ തിരക്കിട്ടു നടന്നുപോയി. അവരുടെ കഷണ്ടി വെട്ടിത്തിളങ്ങുന്നുണ്ട്. എല്ലാവരും അങ്ങനെയാകണം. കഷണ്ടി പുറത്തു കാണാതിരിക്കാനാകണം തൊപ്പി ധരിക്കുന്നത്.

ഏതാനും തടിമാടന്മാർ വെളുത്തുരുണ്ട എന്തോ ഒന്ന് തോളത്തുവെച്ച് അവർക്കു മുമ്പിലൂടെ കടന്നുപോയി. എല്ലാവരും അതിഥികളെ കൗതുകത്തോടെ നോക്കുന്നുണ്ട്.

“അത് സ്ക്രീനാണ്.” എക്സ് ത്രീ പറഞ്ഞു.

“പ്രൊജക്ടറിനുപയോഗിച്ചിരുന്ന സ്ക്രീൻ ഇന്നലെ കേടായിരുന്നു. നന്നാക്കിക്കൊണ്ടുവരികയാണ്.” കുഞ്ഞു വാ പൊളിച്ചുനിന്നു. അവനൊന്നും മനസ്സിലായില്ല. രവിയുടെ കഥയും അതുതന്നെ.

“വരൂ, നമുക്ക് അവർക്കൊപ്പം പോകാം...”

എക്സ് ത്രീ ധൃതിയിൽ മുമ്പിൽ കയറി നടന്നു. ബാക്കിയുള്ളവർ അയാളെ പിന്തുടർന്നു.

വാഴത്തോട്ടത്തിൽ

സാമാന്യം വലിയൊരു ഹാൾ, ഒരു ഭാഗത്തായി കുറേപ്പേർ കമ്പ്യൂട്ടറുകൾക്കു മുമ്പിലിരുന്ന് എന്തൊക്കെയോ ചെയ്യുകയാണ്. അവർ അങ്ങോട്ടു ചെന്നു. അതിഥികളെ കണ്ടപ്പോൾ പലരും ഹൃദ്യമായി ചിരിച്ചു. എന്തൊക്കെയോ പറയണമെന്നുണ്ടെന്ന് അവരുടെ നോട്ടം കണ്ടാലറിയാം. എന്നാൽ സമയമില്ലാത്തതിന്റെ വെപ്രാളവും കാണാനുണ്ട്. പഠിക്കുകയാണെന്നല്ലേ പറഞ്ഞത്. അതുകൊണ്ടാവും. കുഞ്ഞുവിന് കമ്പ്യൂട്ടർ പരിചയമുണ്ട്. ഉപ്പ ഗൾഫിലേക്ക് പോകുന്നതിനുമുമ്പ് കമ്പ്യൂട്ടർ പഠിച്ചിട്ടുണ്ട്. ചില കാര്യങ്ങളൊക്കെ അവനും പറഞ്ഞുകൊടുത്തിട്ടുണ്ട്.

വലതു കൈയിലെ വിരൽപോലുള്ള ഭാഗം മാത്രമേ ഉപയോഗിക്കുന്നുള്ളൂ. അതുകൊണ്ട് കമ്പ്യൂട്ടറിൽ എല്ലാ കാര്യങ്ങളും ചെയ്യാനാകുന്നുണ്ട്. അങ്ങനെ ശീലിച്ചതുകൊണ്ടാകും വിരലുകൾ ഇല്ലാതായത്. അവൻ വിചാരിച്ചു.

അപ്പോൾ ഹാളിന്റെ ഒഴിഞ്ഞഭാഗത്ത് സ്ക്രീൻ സ്ഥാപിക്കുന്ന തിരക്കിലാണ് അതു ചുമന്നു കൊണ്ടുവന്നവർ. അല്പസമയത്തിനകം സിനിമാതിയേറ്ററിലെ സ്ക്രീൻ പോലെ വലുതൊന്ന് അവരവിടെ സ്ഥാപിക്കുക തന്നെ ചെയ്തു. രവി അന്തം വിട്ടുപോയി. ഇതെന്താ സിനിമാ തിയേറ്ററോ!

"ഇപ്പോൾ ഒരു സിനിമ കാണിക്കും...." എക്സ് ത്രീ പറഞ്ഞു? "ഇങ്ങനെയൊക്കെയാണ് ഇവിടത്തെ പഠനം...."

സിനിമയെന്നു കേട്ടപ്പോൾ പിങ്കിക്കും വലിയ ആവേശമായി. അവൾ ആകെ രണ്ടുമൂന്നു സിനിമകളേ കണ്ടിട്ടുള്ളൂ. ഉപ്പ പോയതിനുശേഷം ആരും സിനിമയ്ക്കു കൊണ്ടുപോയിട്ടില്ല.

നിമിഷങ്ങൾക്കകം സ്ക്രീനിൽ ചിത്രങ്ങൾ തെളിഞ്ഞു. പിറകിലുള്ള പ്രൊജക്ടറിലൂടെ ശക്തിയേറിയ ടോർച്ചടിച്ചാലത്തെപ്പോലെ കണ്ണഞ്ചിപ്പോകുന്ന വെളിച്ചം പ്രവഹിച്ചു.

സൗരയൂഥത്തിന്റെ ചിത്രമാണ് തെളിഞ്ഞുവന്നത്. അതോടൊപ്പമുള്ള സംഭാഷണത്തിന്റെ ഭാഷ എന്തെന്നറിയാതെ രവിയും കുഞ്ഞുവും പരസ്പരം നോക്കി.

ഏതോ ഒരു ഗോളത്തെക്കുറിച്ചായി പിന്നത്തെ അവതരണം. ഗോളം പെട്ടെന്ന് വലുതാവുകയും അതേപോലെ വീണ്ടും ചെറുതാവുകയും ചെയ്തുകൊണ്ടിരുന്നു. പിന്നെ ഗോളത്തിന്റെ ഉൾഭാഗത്തെക്കുറിച്ചായി വിവരണം.

കാണാൻ ഒരു രസവും തോന്നിയില്ല. രവി മടുപ്പോടെ തല തിരിച്ചു. കുഞ്ഞുവിന്റെ സ്ഥിതിയും അതുതന്നെ. രസമുള്ള കാഴ്ച പിറകെ വരും എന്നും വിചാരിച്ചാകണം പിങ്കി കണ്ണിമ പൂട്ടാതെ സ്ക്രീനിൽ നോക്കിനിന്നു.

"ബോറടിക്കുന്നു, അല്ലേ...?"

സി നയൻ ചോദിച്ചു. കുഞ്ഞു അതെയെന്നു തലയാട്ടി.

"അല്ലെങ്കിലും നമുക്കിതു മുഴുവൻ കാണാനൊന്നും സമയമില്ല. വരൂ പുറത്തുകടക്കാം..." അയാൾ പുറത്തേക്കു നടന്നു കഴിഞ്ഞു. പിറകെ എക്സ് ത്രീയും നടന്നു. പിന്നെ അമാന്തിച്ചില്ല. മൂവർ സംഘവും നടന്നു.

ചെവിയില്ലാത്ത, മൂക്കില്ലാത്ത, വിരലുകളില്ലാത്ത ഒരു കൂട്ടം ആളുകൾ. നടക്കുമ്പോൾ കുഞ്ഞു വിചാരിച്ചു. തലയിൽ മുടിയുമില്ല. കരുത്തന്മാരായ ആണുങ്ങൾ പക്ഷേ, ശബ്ദം പെണ്ണുങ്ങളുടെയും. എന്തെല്ലാം അത്ഭുതങ്ങൾ! ഒരു സിനിമയിലും ഇത്തരം ആളുകളെ കണ്ടിട്ടില്ല. പറഞ്ഞു കേട്ടിട്ടുമില്ല. വ്യത്യസ്ത ജനവിഭാഗങ്ങളെപ്പറ്റി ഒരിക്കൽ പ്രകാശൻ മാഷ് ക്ലാസ്

എടുത്തത് അവൻ ഓർത്തു. അന്നൊന്നും ഇത്തരം ആളുകളെപ്പറ്റി മാഷ് പറഞ്ഞിട്ടില്ല.

"നമുക്ക് കൃഷിയിടത്തേക്ക് പോയാലോ?" എക്സ്ത്രീ ചോദിച്ചു.

"ഓ.... പോകാം...."

കുഞ്ഞു പറഞ്ഞു. ഇതുവരെ ഇതിനുള്ളിൽ ഒരു പുൽച്ചെടിപോലും കണ്ടിട്ടില്ല. മാർബിൾ പതിച്ചതുപോലുള്ള നിലത്തു എന്തു കൃഷിയാണാവോ? ആകാംക്ഷയോടെയാണ് അവൻ മുന്നിൽ നടക്കുന്നത്.

ഇടുങ്ങിയ ഒരിടത്തുകൂടി അല്പം നടന്നപ്പോൾ വിശാലമായ ഒരു മുറിയുടെ മുമ്പിൽ എത്തി. അതിന്റെ കവാടത്തിൽ നിന്നിട്ട് സി നയൻ അകത്തേക്കു കൈചൂണ്ടിയിട്ടു പറഞ്ഞു? "ഇതാണ് ഞങ്ങളുടെ കിടപ്പുമുറി. കാണാൻ പ്രത്യേകിച്ചൊന്നുമില്ല."

കുഞ്ഞുവും രവിയും തലയിട്ടു നോക്കി. വെളിച്ചം വളരെ കുറവാണ്. എന്നാലും വ്യക്തമായി കാണാം. ഒരാൾക്ക് നീണ്ടു നിവർന്നു കിടക്കാവുന്ന വലുപ്പത്തിൽ പാറ വെട്ടിയൊതുക്കി കട്ടിലുകൾ രൂപപ്പെടുത്തിയിരിക്കുന്നു. നിരനിരയായി കിടക്കുന്ന പാറക്കട്ടിലുകൾ! പിങ്കിയും അകത്തേക്കു തലയിട്ടു നോക്കി.

"എപ്പഴാ ഉറങ്ങുന്നത്?"

രവി ചോദിച്ചു.

"അങ്ങനെ പ്രത്യേകിച്ചു സമയമൊന്നുമില്ല. ക്ഷീണം തോന്നുമ്പോൾ പോയി കിടക്കും. ഒരാൾക്ക് ഒരു കട്ടിലുണ്ട്. അതു മാറാൻ പാടില്ല. അത്രേയുള്ളൂ..." സി നയൻ പറഞ്ഞു.

"ഒരുപാടു നേരം ഒറങ്ങ്വോ?"

പിങ്കിയുടെ സംശയം ആതിഥേയരെ ചിരിപ്പിച്ചു.

"ഞങ്ങൾ നിങ്ങളെപ്പോലെ ഒരുപാടുനേരമൊന്നും ഉറങ്ങില്ല. ഏറിയാൽ ഒരു മണിക്കൂർ...!"

എക്സ് ത്രീ അതു പറഞ്ഞപ്പോൾ പിങ്കി ശ്ശോ... എന്ന് അത്ഭുതം കൂറി. രവിക്കും കുഞ്ഞുവിനും അതു വിശ്വസിക്കാനായില്ല. ഒരു മണിക്കൂർ മാത്രം ഉറങ്ങുകയോ? വെറുതെ പറയുകയാണെന്ന് കുഞ്ഞു ഉറപ്പിച്ചു. മനുഷ്യർ നാലഞ്ചു മണിക്കൂറെങ്കിലും ഉറങ്ങണമെന്ന് കഴിഞ്ഞ ദിവസവും ടീച്ചർ പറഞ്ഞതാണ്. ആറുമണിക്കൂർ ഉറങ്ങണമെന്നാണ് ഉപ്പ പറയാറുള്ളത്.

ആരും ഒന്നും മിണ്ടാതെ നടന്നു. ചില വളവുകളും തിരിവുകളുമൊക്കെ പിന്നിട്ടതോടെ തുറസ്സായെന്നു തോന്നുന്ന ഒരു സ്ഥലത്തെത്തി. പിന്നെ മനസ്സിലായി. തുറസ്സായ സ്ഥലമൊന്നുമല്ല. കൃഷിയിടമാണ്. ആദ്യം കണ്ടത് സാമാന്യം വലിയൊരു വാഴത്തോട്ടമാണ്. പല വലുപ്പത്തിലുള്ള വാഴകൾ. നല്ല പുഷ്ടിയുള്ളത്. ചിലതൊക്കെ കുലച്ചിട്ടുണ്ട്. ചിലതു കുലയ്ക്കാറായിട്ടുണ്ട്. വടക്കേ പറമ്പിലെ വാഴപോലെയുണ്ടെന്ന് കുഞ്ഞുവിനു തോന്നി. ഞാലിപ്പൂവനാണെന്ന് ഉമ്മ പറയാറുണ്ട്. അതുതന്നെ സംഗതി. കുലകൾക്കൊക്കെ നല്ല വലുപ്പമുണ്ട്.

വാഴത്തോട്ടം കുറേനേരം നോക്കിനിന്നപ്പോൾ അവർക്കു മടുത്തു. ഇനി ഏതു കൃഷി എന്ന മട്ടിൽ രവി എക്സ് ത്രീയെ നോക്കി.

"ഇതാണ് ആകെയുള്ള കൃഷി..." അയാൾ ചിരിച്ചു.

"അപ്പോൾ, വേറെ ഒന്നുമില്ലേ...?"

"ഇല്ല. വാഴ മാത്രമാണ് ഞങ്ങളുടെ കൃഷി...."

അതു വിശ്വസിക്കാൻ പ്രയാസമുണ്ടെന്ന മട്ടിൽ അതിഥികൾ നിന്നപ്പോൾ സി നയൻ ഇടപ്പെട്ടു.

“ഇവിടെ ആഹാരമെല്ലാം ഉണ്ടാക്കുന്നത് വാഴയിൽ നിന്നാണ്. മറ്റൊന്നും ആവശ്യമായി വരാറില്ല. അതുകൊണ്ട് മറ്റെന്തെങ്കിലും കൃഷിയെപ്പറ്റി ഞങ്ങൾ ആലോചിക്കാറില്ല.”

“അപ്പോൾ ചോറും കറിയുമൊക്കെ...!”

പിങ്കി കുഞ്ഞുവിനോട് പതുക്കെ ചോദിച്ചു. അതു ശരിയല്ലേ എന്ന മട്ടിൽ കുഞ്ഞു രവിയെ നോക്കി. കൃഷിയെപ്പറ്റി കൂടുതൽ അറിവുള്ളത് രവിക്കാണല്ലോ. അവൻ എന്തു പറയണമെന്നറിയാതെ പരുങ്ങി. “അടുക്കളയിൽ പോകുമല്ലോ. അപ്പോൾ എല്ലാം മനസ്സിലാകും....” സി നയൻ സമാധാനിപ്പിച്ചു.

രവി കൈ നീട്ടി ഒരു വാഴയിലയിൽ പിടിച്ചു. നല്ല വഴുവഴുപ്പ്. “മെഴുകുപുരട്ടിയിട്ടുണ്ടോ?” അവൻ സംശയമുന്നയിച്ചു. ഇല പിടിച്ചു താഴ്ത്തി പരിശോധിച്ചു. അങ്ങനെയൊന്നുമില്ല. ഇലയുടെ പ്രത്യേകത തന്നെ. തൊട്ടുനോക്കാൻ അവൻ കുഞ്ഞുവിനെയും ക്ഷണിച്ചു. കൈവിടർത്തി ഇലയിലൂടെ ഓടിച്ചിട്ട് ഇക്കിളിയെടുത്തിട്ടെന്നപോലെ അവൻ പല്ലിളിച്ചു. അതുകണ്ട് എക്സ് ത്രീയും സി നയനും ചിരിച്ചു. അപ്പോൾ ഒരാൾ ഓടി അവർക്കരികിലേക്കു വന്നു. അയാൾ എക്സ് ത്രീ മാത്രം കേൾക്കാവുന്ന വിധത്തിൽ എന്തോ പറഞ്ഞിട്ട് തിരിച്ചുപോയി.

“നമുക്ക് സ്ത്രീകളുടെ സെഗ്മെന്റിലേക്കു പോകാം. അതു കഴിഞ്ഞിട്ട് അടുക്കള കാണാം.”

എക്സ് ത്രീ പറഞ്ഞു. അയാൾ വേഗത്തിൽ മുമ്പിൽ നടന്നു.

വീതി കുറഞ്ഞ സ്ഥലത്തുകൂടിയാണ് ഇപ്പോൾ നടക്കുന്നത്. ഇടയിൽ ഇടതും വലുതുമായി ചെറിയ കവാടങ്ങളുണ്ട്. രവി മുമ്പിൽ നടന്നു. കുഞ്ഞു പിങ്കിയുടെ കൈയിൽ പിടിച്ച് പിറകിലാണ്.

എക്സ് ത്രീ സി നയനോട് ശബ്ദം താഴ്ത്തി എന്തോ തിരക്കുന്നുണ്ട്. മറുപടിയും ശബ്ദം കുറച്ചുതന്നെ.

ഇവന്മാർ എങ്ങോട്ടാണ് കൊണ്ടുപോകുന്നത്?

കുഞ്ഞു ആലോചിച്ചു. സ്ത്രീകൾ വേറെ താമസിക്കുന്നതെന്തിനാണ്? ഒരിടത്ത് ഒരുമിച്ചു കഴിഞ്ഞാൽ എന്താണു കുഴപ്പം?

ദിക്റ് പാടിക്കിളി

കുറച്ചുകൂടി നടന്നപ്പോൾ നീണ്ട ഒരിടനാഴി പ്രത്യക്ഷപ്പെട്ടു. എക്സ് ത്രീ മുന്നിൽ കൈവീശി നടക്കുകയാണ്. തൊട്ടുപിറകെ രവി. കുഞ്ഞുവിനും പിങ്കിക്കും പിന്നാലെ സി നയൻ. കൂട്ടമായി നടക്കാവുന്ന ഇടമല്ല ഇനിയുള്ളതെന്ന് പറയാതെതന്നെ മനസ്സിലാകും.

നീളംകൂടിയ തുരങ്കമാണ്. വെളിച്ചത്തിനായി മുകളിൽ ഇടയ്ക്കിടെ ദ്വാരമുണ്ടാക്കി കണ്ണാടി പതിച്ചിട്ടുണ്ട്. അകം മറ്റിടങ്ങളെപ്പോലെ വൃത്തിയായിക്കിടക്കുന്നു.

ഉപ്പ ഒരിക്കൽ തീവണ്ടിയിൽ പോകുമ്പോൾ തുരങ്കത്തിലൂടെ കടന്നുപോയ കാര്യം പറഞ്ഞത് കുഞ്ഞു ഓർത്തു. കമ്പനിയിൽനിന്ന് എല്ലാവരും കൂടി ഡൽഹി കാണാൻ ടൂറു പോയതാണ്. ഒരുപാടു തുരങ്കങ്ങളിലൂടെ കടന്നുപോയതും വലിയ തുരങ്കത്തിലൂടെ പോയപ്പോൾ ശ്വാസംമുട്ടലുണ്ടായതും ഉപ്പ വിവരിച്ചിരുന്നു. ഇവിടെ അതൊന്നുമില്ല. മുകൾഭാഗം വളരെ ഉയരത്തിലായതിനാൽ വായുസഞ്ചാരത്തിനു കുറവില്ല.

ആ യാത്ര എല്ലാവരും ആസ്വദിക്കുന്നുണ്ട്. പിങ്കി ഏറക്കുറെ തുള്ളിച്ചാടിയാണ് മുന്നേറുന്നത്. മുകളിൽനിന്നുള്ള വെളിച്ച

ത്തിനു കീഴിലെത്തുമ്പോൾ വാ പൊളിച്ചു നോക്കുന്നുമുണ്ട്. വേറെയാരും അതുവഴി അങ്ങോട്ടുമിങ്ങോട്ടും പോകുന്നില്ല കുറേദൂരം നടന്നപ്പോഴാണ് അക്കാര്യം ഓർത്തത്. ഒരു കുതിപ്പിന് എക്സ് ത്രീയുടെ അടുത്തെത്തി അവൻ ചോദിച്ചു:

"ഇതിലെ ആരും പോകാറില്ലേ?"

"വല്ലപ്പോഴും മാത്രം..." തിരിഞ്ഞുനോക്കാതെ നടന്നു കൊണ്ട് അല്പം ഗമയിൽ അയാൾ പറഞ്ഞു.

"ആഘോഷാവസരങ്ങളിൽ മാത്രം ഞങ്ങൾ അങ്ങോട്ടു പോകും. സ്ത്രീകൾ ഇങ്ങോട്ടു വരാറേയില്ല."

"എപ്പോഴാണ് ആഘോഷം?" രവി ചോദിച്ചു.

"വർഷത്തിലൊരിക്കൽ. ഇനിയും സമയമുണ്ട്."

തുരങ്കത്തിന്റെ അവസാനത്തിൽ സ്റ്റീലിന്റെ ഒരു വാതിൽ. അത് പുറത്തുനിന്ന് അടച്ചിട്ടുണ്ടെന്നു തോന്നും.

എക്സ് ത്രീ വാതിലിലൂടെ ശക്തിയായി മുട്ടി. അപ്പോൾ മറുഭാഗത്ത് നിന്ന് എന്തോ ചോദിക്കുന്ന ശബ്ദം.

എക്സ് ത്രീ എന്തോ മറുപടിയും പറഞ്ഞു. കുറച്ചുനേരം നില്ക്കാൻ അയാൾ ആംഗ്യം കാണിച്ചു. അങ്ങനെ നില്ക്കു മ്പോൾ സി നയൻ തങ്ങളുടെ ചെരിപ്പാണ് ശ്രദ്ധിക്കുന്നതെന്ന് കുഞ്ഞു കണ്ടു. ഒരു ചെരിപ്പ് കൈയിലെടുത്ത് കാണിച്ചുകൊ ടുത്തു. അപ്പോൾ എക്സ് ത്രീയും അടുത്തേക്കു വന്നു. അപൂർവ്വ മായ എന്തോ കാണുന്ന ഭാവത്തിൽ അവർ ചെരിപ്പിനെ കണ്ടു. എന്തെങ്കിലും പറയുകയോ തൊട്ടുനോക്കുകയോ ചെയ്തില്ല.

വാതിൽ തുറക്കുന്ന ശബ്ദം. നോക്കുമ്പോൾ പ്രായംചെന്ന ഒരു സ്ത്രീയാണ്. വാതിൽ തുറന്നുപിടിച്ച് അവർ ക്ഷണിച്ചു. അപ്പുറത്തു ചെന്നപ്പോഴാണ് തുരങ്കം ഇനിയും ബാക്കിയുണ്ട്. വാതിൽ വീണ്ടും അടച്ചശേഷം സ്ത്രീ അവരുടെ പിറകെ നടന്നു. അവരുടെ തലയിൽ പറ്റെ വെട്ടിയെങ്കിലും നിറയെ മുടി യുണ്ട്. മറ്റൊരു വ്യത്യാസവും കാണാനുമില്ല. ബനിയനു പകരം കറുത്ത ഒരു കോട്ടാണ് ധരിച്ചിരിക്കുന്നത്.

അല്പം മുന്നോട്ടുപോയശേഷം വലതുഭാഗത്തേക്കു തിരിഞ്ഞു. അവിടെ തുറന്നുകിടക്കുന്ന ഒരു വാതിൽ. അതൊരു ഹാളാണ്. അതിനകത്തു സ്ത്രീകളും കുട്ടികളും കൂട്ടംകൂടി നില്ക്കുന്നു. വലിയ ബഹളമൊന്നുമില്ല.

ഹാളിൽ കടന്നയുടനെ ഇടതുഭാഗത്തു കണ്ട സ്റ്റേജിലേക്ക് അവർ കയറി. എക്സ് ത്രീയും സി നയനും സ്റ്റേജിന്റെ പിറകിൽ മതിലിനോടു ചേർന്നുനിന്നു. അവരുടെ കൂടെ വന്ന സ്ത്രീ സ്റ്റേജിന്റെ മുന്നിലേക്ക് നീങ്ങിനിന്നിട്ട് സദസ്സിനോടായി പറഞ്ഞു: "ഭൂമിയിൽ നിന്നുവന്ന കൊച്ചുകൂട്ടുകാരാണിത്. ഇവർക്ക് ഉടനെ മടങ്ങിപ്പോകണം. ഇവരെ പരിചയപ്പെടുത്താൻ സി നയനെ ക്ഷണിക്കുന്നു."

സി നയൻ മുന്നോട്ടു നീങ്ങിനിന്നു:

"നമ്മുടെ പ്രത്യേക ദൗത്യവുമായി സെഡ് പുറത്തുപോയിരുന്നു. ആ വാഹനത്തിൽ കൗതുകത്തിനു കയറിയ മിടുക്കരാണിവർ. രവിചന്ദ്രൻ, ഷാഹുൽ, ഷഹർബാൻ. ഇവർ സ്കൂളിൽ പഠിക്കുന്നവരാണ്."

അതിനിടയിൽ കുഞ്ഞു എക്സ് ത്രീയെ സമീപിച്ചിട്ട് പതുക്കെ ചോദിച്ചു: "ഇവരുടെ പേരെന്താണ്?" തുരങ്കത്തിൽ വെച്ച് ഒപ്പം കൂടിയ സ്ത്രീയെ ചൂണ്ടിയാണ് അവൻ ചോദിച്ചത്.

"അത് വൈ നയന്റീൻ..." അയാൾ ശബ്ദം താഴ്ത്തി പറഞ്ഞു. എന്നിട്ട് ഒന്നും സംഭവിച്ചിട്ടില്ലെന്ന മട്ടിൽനിന്നു.

"ഈ സെഗ്മെന്റ് ഒന്നു കാണാനാണ് ഇവർ വന്നത്. ഒരു കാര്യം ചെയ്യാം. ഏതായാലും വന്നതല്ലേ! നമ്മുടെ ഒരു ഡാൻസ് കാണിച്ചുകൊടുക്കാം എന്താ?" – വൈ നയന്റീൻ സദസ്സിനോടു ചോദിച്ചു. ആഹ്ലാദ സൂചകമായ ഒരാരവം മുഴങ്ങി.

"ശരി. ആരു മുന്നോട്ടു വരും?" അവർ ചോദിച്ചു.

തികഞ്ഞ നിശ്ശബ്ദത. പിറകിൽനിന്ന് ഒരു കൈ ഉയർന്നു വന്നു. "എം തേർട്ടീൻ...."

"ഇ സെവന്റീൻ...." മറ്റൊരാൾ പറഞ്ഞു.

"ശരി ശരി...." വൈ നയന്റീൻ കൈയുയർത്തി പ്രഖ്യാപിച്ചു: "അവർ രണ്ടുപേരും ഡാൻസു ചെയ്യും. അതിനുള്ള സൗകര്യമുണ്ടാക്കണം...."

സദസ്സ് വളരെ വേഗം നാലുഭാഗത്തേക്കുമായി പിരിഞ്ഞു. നടുവിൽ രണ്ടുപേർ ബാക്കിയായി. അവരാണ് നൃത്തം ചെയ്യേണ്ടത്. ഒരാൾ തീരെ മെലിഞ്ഞതാണ്. ഒരുവൾക്ക് അല്പം തടിയുണ്ട്. അവളെ കണ്ടപ്പോൾ കുഞ്ഞുവിന് രവിയുടെ ചേച്ചിയെ ഓർമ്മവന്നു. ചേച്ചിക്ക് ധാരാളം മുടിയുണ്ടെന്ന വ്യത്യാസമേയുള്ളൂ. ആരും ഒരുതരത്തിലുള്ള ആഭരണങ്ങളും ധരിച്ചിട്ടില്ല.

അവർ അടുത്തുവന്ന് അഭിമുഖമായി നിന്നു. ശബ്ദം താഴ്ത്തി എന്തോ പരസ്പരം സംസാരിച്ചു. പിന്നെ തല

മുന്നോട്ടു കുനിച്ചുകൊണ്ട് കുന്തിച്ചിരുന്നു. കൈകൾ നിവർത്തിപ്പിടിച്ച് ഇരുവശത്തേക്കുമായി താഴ്ത്തിയും പൊക്കിയും പതുക്കെ ഉയർന്നുപൊങ്ങി. അതോടൊപ്പം കാലുകളും മാറി മാറി പൊക്കുകയും ചവിട്ടുകയും ചെയ്തു. ഏതാണ്ടു പൂർണ്ണമായും നേരെ നിന്നു എന്നു തോന്നിയ നിമിഷത്തിൽ ഇരുവരും ഒരുമിച്ചുയർന്നു ചാടി വട്ടം തിരിഞ്ഞു.

ഇതെന്തു ഡാൻസെന്ന് രവി കുഞ്ഞുവിനെ നോക്കി. അവനും അന്തംവിട്ടു നില്പാണ്. പിങ്കി കൈയും കാലുമിളക്കി ഡാൻസിനെ കൃത്യമായി പിന്തുടരുന്നു.

കൊച്ചുകുട്ടികളെ കാണാനേയില്ലല്ലോ എന്ന് കുഞ്ഞു വിസ്മയിച്ചു. ഇത്രയും സ്ത്രീകളുണ്ടായിട്ടും എടുത്തുനടക്കുന്ന പ്രായത്തിലുള്ള ഒരു കുട്ടിയുമില്ല. ഇനി അത്തരക്കാരൊക്കെ വേറെ എവിടെയെങ്കിലുമാകുമോ?"

അല്പനേരം കൊണ്ട് ഡാൻസ് അവസാനിച്ചു. നൃത്തക്കാരികൾ ഉന്മേഷത്തിൽ തന്നെയാണ്. അവർ സ്റ്റേജിലേക്കു നോക്കി ഒന്നുകൂടി വേണോ എന്ന മട്ടിൽ ചിരിച്ചു.

വൈ നയന്റീൻ കൈയുയർത്തി അവരെ അഭിനന്ദിച്ചു. ഹാളിന്റെ വശങ്ങളിലേക്കു മാറിനിന്നവർ പതുക്കെ നടുവിലേക്കു വരാൻ തുടങ്ങി.

"ഇനി നിങ്ങൾ എന്തെങ്കിലും അവതരിപ്പിക്കൂ...."

വൈ നയന്റീൻ രവിയോടും കുഞ്ഞുവിനോടുമായി പറഞ്ഞു. അവർ പരസ്പരം നോക്കിയതല്ലാതെ ഒന്നും പറഞ്ഞില്ല. വ്യക്തിഗതമായി എന്തെങ്കിലും ചെയ്യാൻ ഇരുവരും അശക്തരാണ്. കളികളിലാണല്ലോ അവർക്കു താല്പര്യം.

"ഒരു പാട്ടുപാടിയാൽ മതി." അവരുടെ ആശങ്ക കണ്ടപ്പോൾ വൈ നയന്റീൻ പറഞ്ഞു: "പേടിക്കേണ്ട ഞങ്ങൾക്ക് നിങ്ങളുടെ പാട്ടുകളൊന്നും അറിയില്ല."

പാട്ടെന്നു കേട്ടപ്പോൾ കുഞ്ഞുവിന് ആശ്വാസമായി. പിങ്കിയും നന്നായി പാടും. മാപ്പിളപ്പാട്ടിന് സ്കൂളിൽ ഫസ്റ്റ്

അവൾക്കാണ്. കലാമേളയിലും പാടിയിട്ടുണ്ട്.

"പിങ്കൂട്ട്യേ... പാടിക്കോ..." അവൻ അവളുടെ ചെവിയിൽ പറഞ്ഞു. അവൾക്കുണ്ടോ പേടി!

സ്റ്റേജിന്റെ മുന്നിലേക്കു നീങ്ങിനിന്ന് പാടാൻ ഭാവിക്കുമ്പോൾ വൈ നയന്റീൻ ആവേശത്തോടെ പറഞ്ഞു: "കണ്ടില്ലേ! ഈ സെഗ്മെന്റിലായതിനാൽ ഷഹർബാനാണ് പാടുന്നത്. എല്ലാവരും ശ്രദ്ധിച്ചു കേൾക്കണം."

പിങ്കി ആകാവുന്ന ശബ്ദത്തിൽ പാടി.

"കിളിയേ... ദിക്ക് പാടിക്കിളിയേ...

പരിപൂർണ്ണ നിശ്ശബ്ദത. സദസ്സ് മായികമായ തലത്തിലെത്തിയപോലെ വിസ്മയഭരിതമായി നിന്നു. പിങ്കിയുടെ സ്വരമാധുരിയിൽ അവർ അലിഞ്ഞുപോയി. പലരും കണ്ണുംതള്ളി വാതുറന്ന് അങ്ങനെ നിന്നുപോയി.

പാട്ടവസാനിച്ചപ്പോൾ സ്ത്രീകളെല്ലാം കൈത്തലം കൂട്ടിമുട്ടിച്ച് ഒച്ചയുണ്ടാക്കി. അവിശ്വസനീയമായ എന്തോ അനുഭവിച്ചമട്ടിൽ പലപല ശബ്ദങ്ങൾ പുറപ്പെടുവിച്ചു. ഒരു കാര്യം ശ്രദ്ധേയമായി തോന്നി. ഒരാൾപോലും വേദിയിലേക്കു കയറിവന്നില്ല.

ഇനി തിരിച്ചുപോകാം എന്ന മട്ടിൽ വൈ നയന്റീൻ അതിഥികളെ നോക്കി. എത്രയും വേഗം മടങ്ങണമെന്ന് അവർക്കുമുണ്ടല്ലോ. അത്ഭുതകരമായ കാഴ്ചകൾക്കിടയിൽ ചിലപ്പോഴെങ്കിലും സമയത്തിന്റെ കാര്യം മറക്കുന്നുണ്ട്.

എല്ലാവരോടും യാത്ര പറഞ്ഞ് മടങ്ങാനൊരുങ്ങുമ്പോഴാണ് അതു സംഭവിച്ചത്. പിങ്കിയുടെ പാട്ടുകേട്ട് രസം കേറിയിട്ടാകണം ഒരു പെൺകുട്ടി പരിസരം മറന്ന മട്ടിൽ വേദിയിലേക്കു കയറുകയും പിങ്കിയെ സമീപിച്ച് ഇരുകൈകളും ചേർത്ത് അവളെ പൊതിയുകയും ചെയ്തു. പിങ്കി ആഹ്ലാദവും അഭിമാനവുമായി എന്തു ചെയ്യണമെന്നറിയാതെ പരുങ്ങുമ്പോൾ എന്തോ അരുതാത്തതു കണ്ടതുമാതിരി സദസ്സാകെ സ്തബ്ധമായി. മുന്നിൽ നടക്കാനാഞ്ഞ വൈ നയന്റീൻ ഒരു കുതിപ്പിന്

ആ പെൺകുട്ടിയെ ഇടതുകൈകൊണ്ട് പിടിച്ചടുപ്പിക്കുകയും വലതുകൈ വീശി കവിളിൽ ആഞ്ഞടിക്കുകയും ചെയ്തു. ഭയാനകമായ ഒരു ശബ്ദം ഹാളിൽ മുഴങ്ങി. ആ പെൺകുട്ടി സ്റ്റേജിന്റെ അല്പമകലെ തെറിച്ചുവീണു. വീഴ്ചയിൽത്തന്നെ ബോധം നഷ്ടപ്പെട്ടു.

തരിച്ചുനില്ക്കുന്ന സദസ്സിനെ നോക്കി വൈ നയന്റീൻ അലറി: "എടുത്തോണ്ടു പോകൂ..."

രണ്ടു മുതിർന്ന സ്ത്രീകൾ സ്റ്റേജിൽ കയറിവന്ന് പെൺകുട്ടിയുടെ കൈകൾ പിടിച്ച് വലിച്ചിഴച്ചു കൊണ്ടുപോയി.

പിങ്കി കരച്ചിലിന്റെ വക്കിലാണ്. കുഞ്ഞു ഒറ്റക്കുതിപ്പിന് അവളെ പൊതിഞ്ഞുനിർത്തി. രവി എന്തു ചെയ്യണമെന്നറിയാതെ തരിച്ചുനിന്നു.

തലവെട്ടിച്ച്, അമർത്തിച്ചവിട്ടി വൈ നയന്റീൻ തുരങ്കത്തിനടുത്തേക്കു നടന്നു കഴിഞ്ഞു.

അടുക്കളയിൽ

വളരെ വേഗതയിലാണ് വൈ നയന്റീൻ മുന്നിൽ നടക്കുന്നത്. കഠിനമായ ദേഷ്യത്തിലാണവൻ. ബാക്കിയുള്ളവർക്ക് ഒപ്പമെത്താൻ കാലുകൾ വലിച്ചുവെച്ചു നടക്കേണ്ടിവന്നു. സ്റ്റീൽ വാതിലിനടുത്ത് അവൻ നിന്നു. വാതിൽ തുറന്നുപിടിച്ച് ബാക്കിയുള്ളവരെ മുന്നോട്ടു നടക്കാൻ അനുവദിച്ചുകൊണ്ട് അവൻ പറഞ്ഞു:

"ഞാൻ ഇതുവരെ മാത്രമേയുള്ളൂ. ഗുഡ്ബൈ..."

യാത്രപറഞ്ഞത് തങ്ങളോടാണെന്ന് രവിക്കും കുഞ്ഞുവിനും മനസ്സിലായി. അവർ തിരിച്ചും ഗുഡ്ബൈ പറഞ്ഞു. കുഞ്ഞുവിന്റെ കൈപിടിച്ച് ഏറ്റവും പിറകിൽനിന്ന പിങ്കിയോടായി വൈ നയന്റീൻ പറഞ്ഞു: "അയാം വെരി സോറി ലിറ്റിൽ ഗേൾ. നിന്റെ പാട്ട് ഞങ്ങൾക്കെല്ലാം വളരെ ഇഷ്ടമായി. ആൾ ദി ബെസ്റ്റ്!"

പിങ്കി എന്തു പറയണമെന്നറിയാതെ കണ്ണുമിഴിച്ചു. അവളുടെ പേടി തീർത്തും മാറിയിട്ടുമില്ല.

അവർക്കു പിറകെ വാതിൽ അടഞ്ഞു. എക്സ് ത്രീയുടെ നേതൃത്വത്തിൽ വീണ്ടും മുന്നോട്ടുപോകവെ രവി കുറച്ചുറക്കെ ചോദിച്ചു: "അവരെന്തിനാ ആ കുട്ടിയെ അടിച്ചു വീഴ്ത്തിയത്?"

ആരും ഒന്നും പറഞ്ഞില്ല. ശബ്ദം താഴ്ത്തി പിങ്കി പറഞ്ഞു: "ഞാമ്പേടിച്ചു പോയി...."

അപ്പോൾ സി നയൻ മുന്നോട്ടു നീങ്ങി നടന്നുകൊണ്ടു പറഞ്ഞു: "അതിഥികളെ സ്പർശിക്കരുതെന്നാണ് ഇവിടത്തെ നിയമം. ഞങ്ങളിൽ ഒരാളെ തൊടണമെങ്കിൽപ്പോലും മുൻകൂട്ടിയുള്ള അനുവാദം വേണം. നിയമം തെറ്റിച്ചാൽ കടുത്ത ശിക്ഷയാണ്."

എക്സ് ത്രീ കൂട്ടിച്ചേർത്തു: "ആ കുട്ടി ബോധംകെട്ടതല്ലേയുള്ളൂ. മുമ്പൊരിക്കൽ ഞങ്ങളുടെ കൂട്ടത്തിലൊരുത്തൻ ഇതേ കുറ്റത്തിന് അടികൊണ്ടു മരിച്ചിട്ടുണ്ട്."

അതു സത്യമാണെന്ന് കുഞ്ഞുവിന് തോന്നി. ഇവർ പറയുന്നതെല്ലാം സത്യമാണ്. എന്നാലും ഒരാളെ തൊടുന്നത് ഇത്ര വലിയ കുറ്റമാണോ? പാവം പെൺകുട്ടി. പാട്ടുകേട്ടതിലുള്ള സന്തോഷംകൊണ്ടാണ് പിങ്കൂട്ടിയുടെയടുത്ത് ഓടിവന്നത്.

അങ്ങോട്ടുപോയതിനേക്കാൾ വേഗത്തിലായിരുന്നു മടക്കയാത്ര. തുരങ്കം അവസാനിച്ചപ്പോൾ പിങ്കി ആശ്വാസംകൊണ്ടു. ഇനിവേഗം മടങ്ങിപ്പോകണമെന്ന് അവൾ കുഞ്ഞുവിനോടു രഹസ്യം പറഞ്ഞു. അടുത്ത പരിപാടിയെന്ത് എന്ന ഭാവത്തിൽ കുഞ്ഞു തിരിഞ്ഞു നോക്കി. സി നയൻ ചിരിക്കുകയാണ്.

"ഇനി നേരെ അടുക്കളയിലേക്ക്. വിശക്കുന്നില്ലേ?"

വിശക്കുന്നുണ്ടെന്നത് സത്യം. ഇത്രനേരവും അതേപ്പറ്റി ഓർത്തില്ല. വാഹനം പുറപ്പെട്ടപ്പോൾ താഴെയിറങ്ങുന്നതിനെപ്പറ്റിയാണ് ആലോചിച്ചത്. തുരുത്തിൽ കാടിന്റെ നടുവിൽ വന്നിറങ്ങിയപ്പോൾ അവിടെനിന്നെങ്ങനെ രക്ഷപ്പെടുമെന്നായി. സെഡങ്കിൽ വന്നപ്പോൾ അങ്കിളിന്റെ നാടുകാണാമെന്നു കരുതി. ഇതിനിടയിൽ വിശപ്പിന്റെ കാര്യമോർക്കാൻ എവിടെ നേരം!

കുഞ്ഞു ആശങ്കയോടെയാണ് അടുക്കയിലേക്കു നടന്നത്. വാഴകൊണ്ടുള്ള വിഭവങ്ങൾ മാത്രം എന്നല്ലേ പറഞ്ഞത്? പഴമല്ലാതെ മറ്റൊന്നും ഇതുവരെ കഴിച്ചിട്ടില്ല. വാഴത്തണ്ടുകൊണ്ട് ഉപ്പേരിയുണ്ടാക്കാമെന്ന് ഉമ്മ പറഞ്ഞതു കേട്ടിട്ടേയുള്ളൂ.

വലതുഭാഗത്തേക്കു തിരിഞ്ഞ് ഒരു ഇടനാഴി ചുറ്റിവന്ന

പ്പോൾ അടുക്കളയുടെ വാതിൽക്കലെത്തി. അഞ്ചെട്ടുപേർ അവിടെ എന്തൊക്കെയോ ചെയ്യുന്നുണ്ട്.

അതിഥികളെ കണ്ടതും ഒരാൾ ഓടിവന്ന് മേശപ്പുറം വൃത്തിയാക്കി. പാറവെട്ടി മേശയുടെ രൂപത്തിലാക്കിയതാണ്. ചുറ്റുമുള്ള ഇരിപ്പിടവും അങ്ങനെതന്നെ. ബെഞ്ചുപോലുള്ള ഇരിപ്പിടത്തിന് നല്ല തണുപ്പ്. ഒരുവശത്തെ ചുമരിൽ അലമാരകളാണ് നിറയെ. ചില്ലു ഗ്ലാസിട്ട് മറച്ചിരിക്കുന്നു. അതിൽ നിറയെ പല നിറത്തിലും രൂപത്തിലുമുള്ള വസ്തുക്കൾ പാത്രങ്ങളിൽ നിറച്ചുവെച്ചിട്ടുണ്ട്. ഒരു മേശപ്പുറത്ത് കുറെ പ്ലേറ്റുകളും ഗ്ലാസുകളും കാണാം. ദീർഘചതുരാകൃതിയിലുള്ള ആ ഹാളിൽ എവിടെയും അടുപ്പുകൾ കണ്ടില്ല. കുഞ്ഞു അത്ഭുതത്തോടെ ഒരുവട്ടം കൂടി ചുറ്റും നോക്കി. അതിനിടയിൽ എക്സ് ത്രീയും സി നയനും പണിക്കാരെ സഹായിക്കാൻ പോയിരുന്നു. കുറെനേരത്തിനു ശേഷമാണ് മൂവരും തനിച്ചാകുന്നത്. അതിന്റെ ആശ്വാസം ഓരോ മുഖത്തും പ്രകടമാണ്.

"അടുക്കളയില്ലല്ലോ!"

രവി ചോദിച്ചു. കുഞ്ഞു അതു നേരത്തെ ശ്രദ്ധിച്ചതാണ്. "ഗ്യാസാകും...." അവൻ പറഞ്ഞു.

പിങ്കി രണ്ടു കൈയുയർത്തി ഇരുചെവികളിലും തൊട്ടുകൊണ്ട് കഷ്ടം വെച്ചു: "ഓ... മണ്ടന്മാർ. ഇത് ഡൈനിങ് ഹാളാണ്. അടുക്കള അപ്രത്തുണ്ടാകും...." അതു ശരിയായിരിക്കുമെന്ന് കുഞ്ഞുവിനും തോന്നി. എന്നാലും അടുക്കളയിലേക്കെന്നു പറഞ്ഞാണല്ലോ ഇവിടെ വന്നത്!

സി നയൻ തിരിച്ചുവന്നിട്ടു പറഞ്ഞു: "വിഭവങ്ങൾ ഉടനെയെത്തും. നിങ്ങൾക്കുവേണ്ടി സ്പെഷ്യലായി ചിലതുണ്ടാക്കുന്നുണ്ട്."

അയാൾ അവർക്കഭിമുഖമായി ഇരുന്നു. വളരെ നിഷ്കളങ്കനായ ഒരാണാണെന്ന് വേഗം തോന്നും അയാളെക്കണ്ടാൽ. ഇത്രനേരം കൂടെ നടന്നിട്ടും അനാവശ്യമായ ഒരു വാക്കുപോലും പറഞ്ഞിട്ടില്ല. സദാ പ്രസന്നവാനുമാണ്. എക്സ് ത്രീയും അങ്ങനെതന്നെ. അയാൾക്ക് കുറേക്കൂടി ചടുലതയുണ്ട്.

ഇരുവരും ഉറ്റസുഹൃത്തുക്കളാണെന്നും വ്യക്തമാണ്.

"നിങ്ങളുടെ അടുക്കള എവിടെയാണ്?"

മടിച്ചുമടിച്ചാണെങ്കിലും രവി ചോദിക്കുകതന്നെ ചെയ്തു.

സി നയൻ ഉറക്കെച്ചിരിച്ചുപോയി.

"ഇതുതന്നെയാണ്...."

രവിയും കുഞ്ഞുവും പിങ്കിയെ രൂക്ഷമായി നോക്കി. അവൾ കണ്ണടച്ച് തല കുനിച്ചു കളഞ്ഞു.

"അല്ല... അടുപ്പൊന്നും കാണുന്നില്ല. അതുകൊണ്ട്..."

രവി തപ്പിത്തടഞ്ഞു.

"എനിക്കു തോന്നി." സി നയൻ ഒന്നു നിവർന്നിരുന്നു. "ഞാൻ കണ്ടിട്ടില്ല. നിങ്ങളുടെ നാട്ടിലൊക്കെ അടുപ്പിൽ വേവിക്കുന്ന രീതിയുണ്ടെന്ന് കേട്ടിട്ടേയുള്ളൂ. എന്തായാലും ഇവിടെ ആഹാരം വേവിക്കാറില്ല. അതുകൊണ്ട് അടുപ്പിന്റെ ആവശ്യമില്ല."

അവിശ്വസനീയമായ വിവരം തന്നെ. കേൾവിക്കാൻ മൂവരും ഇതെന്തുകഥ എന്ന മട്ടിൽ പരസ്പരം നോക്കി.

അപ്പോൾ പഴം തന്നെയായിരിക്കും തീറ്റ. കുഞ്ഞു വിചാരിച്ചു.

ഒരാൾ പ്ലേറ്റിൽ കൊച്ചു സോസറുകളുമായി വന്നു. ഓരോ ഗ്ലാസും ഓരോ സോസറും നിരത്തിവെച്ചു. കൈകളിൽ ഗ്ലൗസിട്ടിട്ടുണ്ട്. തലയിൽ പ്രത്യേകതകരം തൊപ്പി. അങ്ങേയറ്റം വെടിപ്പോടെയാണ് അയാൾ കാര്യങ്ങൾ ചെയ്യുന്നത്.

അപ്പോഴേക്കും മറ്റൊരാൾ പലതരം വിഭവങ്ങളുമായി വന്നു. എല്ലാം മേശപ്പുറത്തു നിരത്തിവെച്ചു. സി നയൻ വെളുത്ത നിറത്തിലുള്ള ഒന്ന് അല്പാല്പം ഓരോ പ്ലേറ്റിലേക്കും തട്ടിയിട്ടു: "ഇതു നന്നായിരിക്കും. കഴിച്ചു നോക്കൂ..."

രവി സ്പൂണെടുത്ത് ഒരല്പം തോണ്ടിയെടുത്ത് വായിലാക്കി. ഒരുനിമിഷം കണ്ണടച്ചിരുന്നിട്ട് ഹായ്... എന്ന് ശബ്ദമുണ്ടാക്കി. എന്നിട്ട് അടുത്ത സ്പൂൺ നീട്ടി. മൂവരും കൂടി വേഗത്തിൽ ആ വിഭവം അകത്താക്കി.

"ഇതെന്താണെന്നറിയാമോ?" സി നയൻ ചോദിച്ചു.

അവർക്ക് പറയാനായില്ല.

"വാഴത്തടിയുടെ അകത്തുള്ള കാമ്പ്. കണ്ടിട്ടില്ലേ വെളുത്തു നീണ്ട്...."

"ഓ.... ഉണ്ണിത്തണ്ട്....!" രവി പറഞ്ഞത് ഉറക്കെയായിരുന്നു. ദൂരെയിരുന്ന് പണിയെടുക്കുന്നവരും അതുകേട്ട് ചിരിച്ചു. പിന്നീട് ഇളം കറുപ്പുനിറമുള്ള വിഭവമാണ് വിളമ്പിയത്. നേർത്ത ഇലകൾ ചേർത്തുണ്ടാക്കിയതാണെന്നു തോന്നും. മധുരം കലർന്ന പുളിപ്പുണ്ട്. വായിൽവെച്ചപ്പോഴേക്കും രവി തിരിച്ചറിഞ്ഞു.

"ഇത് വാഴത്തട തന്നെ...."

ശരിയാണെന്നമട്ടിൽ വിളമ്പുകാരൻ തലയാട്ടി.

"ഇതു ഞാൻ കുറെ തിന്നിട്ടുണ്ട്...." രവി അഭിമാനത്തോടെ വലിയ സ്പൂണിൽ കോരി വായിലാക്കി. പിങ്കിക്ക് എന്തോ അതത്ര പിടിച്ചില്ല. അവൾ നേരത്തെ കഴിച്ച വെളുത്ത വിഭവം തന്നെ വീണ്ടും വിളമ്പിച്ചു.

അതേസമയം തന്നെ ചെറുതായി നുറുക്കിയിട്ട അരിമണി

പോലത്തെ ഒരു പദാർത്ഥം ചെറിയ സോസറിൽ ഓരോരുത്ത രുടെ മുമ്പിലും വെച്ചിരുന്നു. കോരി വായിലിട്ടപ്പോൾ നല്ല രുചി. പക്ഷേ, എന്താണതെന്ന് ആർക്കും മനസ്സിലായില്ല.

"അതെന്താണെന്നു മനസ്സിലായോ?"

സി നയൻ ചോദിച്ചു. രവി ഉത്തരമറിയാതെ കുഞ്ഞുവിനെ നോക്കി. അവനും സ്വാദു നോക്കിയെങ്കിലും എന്താണെന്നു തിരിഞ്ഞില്ല.

"അതൊരു കൂട്ടാണ്. നിങ്ങൾക്കായി സ്പെഷ്യലായി ഉണ്ടാക്കിയത്."

അല്പനേരത്തെ സസ്പെൻസിനുശേഷം അയാൾ രഹസ്യം വെളിപ്പെടുത്തി: "പച്ചക്കായയും വാഴക്കിഴങ്ങും!" എന്തായാലും മൂവരും അത് ആസ്വദിച്ചു കഴിച്ചു. പിന്നെയും ഏതാനും വിഭവങ്ങൾ വിളമ്പുകയുണ്ടായി. ഒടുക്കം വലിയ ഗ്ലാസുകളിൽ ജ്യൂസു വന്നു. അതുകൂടി അകത്താക്കിയപ്പോൾ വയറു നിറഞ്ഞിരുന്നു.

അരഗ്ലാസ് വീതം വെള്ളം ഓരോരുത്തർക്കു മുമ്പിലും വെക്കുമ്പോൾ സി നയൻ ഓർമ്മിപ്പിച്ചു:

"വാ കഴുകണമെങ്കിൽ ആകാം. പക്ഷേ, പുറത്തേക്കു തുപ്പിക്കളയാൻ പറ്റില്ല..."

പിന്നെ എന്തുചെയ്യുമെന്ന മട്ടിൽ മൂവരും മുഖമുയർത്തി.

"ആഹാരത്തിന്റെ അവശിഷ്ടം തുപ്പിക്കളയരുതെന്നാണ് ഇവിടത്തെ നിയമം. കുടിച്ചിറക്കണം."

അയ്യേ എന്ന് മൂവരും മുഖാമുഖം നോക്കി. കഴുകേണ്ടതില്ലെന്ന് തീരുമാനിക്കുകയും ചെയ്തു. പുറത്തിറങ്ങുമ്പോൾ എക്സ് ത്രീ അവിടെയുണ്ട്.

"ഇതാ, ഈ മുറിയിൽ അല്പനേരം വിശ്രമിക്കാം. എന്നിട്ട് മടക്കയാത്ര തുടങ്ങാം...." നേരെ എതിർവശത്തെ വാതിലിനു നേരെ കൈചൂണ്ടി അയാൾ പറഞ്ഞു.

പാതാളം

മനോഹരമായി സംവിധാനം ചെയ്ത വലുതല്ലാത്ത ഒരു മുറി. പ്രത്യേകതരം അലങ്കാരവിളക്കുകൾ തൂക്കിയിട്ടിട്ടുണ്ട്. മറ്റെവിടെയും അനുഭവപ്പെടാത്ത തണുപ്പ് അതിനകത്തുണ്ട്. ഇരുവശങ്ങളിലുമായി, മുഖാമുഖമായി ഇരിക്കാവുന്ന വിധത്തിൽ നീളത്തിലുള്ള പടികളാണ്. എല്ലാം പാറകൊത്തി രൂപപ്പെടുത്തിയതുതന്നെ. മാർബിൾ പതിച്ചതുപോലെ മിനുസമുള്ള പ്രതലം.

പിങ്കിയെ നടുവിലാക്കി രവിയും കുഞ്ഞുവും ഒരു ഭാഗത്തിരുന്നു. എക്സ് ത്രീയും സി നയനും ഭവ്യതയോടെ എന്നപോലെ അവർക്കു മുമ്പിൽ വന്നുനിന്നു:

"ഞങ്ങളുടെ ജോലി കഴിഞ്ഞു. ക്ലാസിന്റെ സമയമായി. ആൾ ദ ബെസ്റ്റ്." എക്സ് ത്രീ പറഞ്ഞു. തല ചെറുതായി കുനിച്ച് അഭിവാദ്യം ചെയ്തു. ഒന്നും പറയാതെ സി നയനും അങ്ങനെ ചെയ്തു. പിന്നെ ഇരുവരും വേഗത്തിൽ മുറിവിട്ടു പോയി.

രവിയും കുഞ്ഞുവും പരസ്പരം നോക്കി. ആരാണ് ഇനി വരാനുള്ളത്? എപ്പോൾ മടങ്ങിപ്പോകാനാകും?

ഇത്തരത്തിൽ ഒട്ടേറെ ചോദ്യങ്ങൾ ആ നോട്ടത്തിലൂടെ അവർ പരസ്പരം ചോദിച്ചു. ഒന്നിനും ഉത്തരമില്ല.

"ഇക്കാ...." പിങ്കി കുഞ്ഞുവിന്റെ കൈയിൽ മാന്തിയിട്ടു വിളിച്ചു: "ഈ നാടിന്റെ പേരെന്താ?"

അല്പനേരം കുഞ്ഞു അതെപ്പറ്റി ഓർത്തു. ഒരു പേരും ആരും പറഞ്ഞിട്ടില്ല. ഇനി ചോദിച്ചാൽ മനസ്സിലാകാത്ത എന്തെങ്കിലും പേരു പറഞ്ഞെന്നും വരാം.

"നമുക്കൊരു പേരിട്ടാലെന്താ?"

ഒടുക്കം അവൻ ആരോടെന്നില്ലാതെ ചോദിച്ചു.

കുറച്ചുനേരം എന്തോ ഓർത്തിരുന്നിട്ട് രവി തിരിച്ചൊരു ചോദ്യമിട്ടു: "മഹാബലിയുടെ കഥ ഓർമ്മയില്ലേ? അതിൽ വാമനൻ മഹാബലിയെ പാതാളത്തിലേക്കാണ് ചവുട്ടി താഴ്ത്തുന്നത്. പാതാളം ഭൂമിക്കടിയിലല്ലേ?"

കുഞ്ഞു അന്തംവിട്ടിരുന്നു. എന്താണീ ചങ്ങാതി പറയുന്നത്? മഹാബലിക്കും വാമനനും ഇവിടെ എന്തു കാര്യം?

"അതോണ്ടെന്താ...?" അവൻ ചോദിച്ചു.

"അതോണ്ടെന്താന്നോ! ഇതും ഭൂമിക്കടിയിലല്ലേ? നമുക്ക് പാതാളം എന്നു വിളിക്കാം...."

അതുകൊള്ളാം. നല്ല പേര്. കുഞ്ഞു പിങ്കിയെ നോക്കി. അവൾക്കും അതിഷ്ടമായിട്ടുണ്ട്. രവിയെ നോക്കി ചിരിച്ചുകൊണ്ട് അവൾ തിരക്കി: "നമ്മളെപ്പോഴാ ഈ പാതാളത്തിന്റെ പുറത്തു കടക്കാ?" അതിനാർക്കും മറുപടിയില്ല. ഓടി രക്ഷപ്പെടാനൊന്നും പറ്റില്ലല്ലോ. പാതാളത്തിനകത്ത് എവിടെ ഓടാൻ? പുറത്തു കടക്കണമെങ്കിൽ വഴി ഏതെന്നുമറിയില്ല. ആദ്യം ഇറങ്ങിവന്ന ഹാൾ എവിടെയാണെന്ന് ഒരു പിടിയുമില്ല. ആളുകളാണെങ്കിൽ യന്ത്രംപോലെ. എല്ലാം മുൻകൂട്ടി തീരുമാനിച്ചശേഷമാണ് ചെയ്യുന്നത്. കർശനമായ അച്ചടക്കം. അതു ലംഘിച്ചാൽ കടുത്ത ശിക്ഷ. ഇനി ഇവർക്കാർക്കും പുറത്തു കടക്കാനും സ്വാതന്ത്ര്യമില്ലേ? ആർക്കറിയാം. ആരോടാണ് ഇതൊക്കെ ചോദിക്കുക? പരസ്പരം തൊടാൻപോലും സ്വാതന്ത്ര്യമില്ലാത്തവരോട് ചോദിച്ചിട്ട് എന്തു കാര്യം?

വയറുനിറയെ കഴിച്ചതു കാരണം പിങ്കിക്ക് ഉറക്കം വരുന്നുണ്ട്. മുറിയിലാണെങ്കിൽ നല്ല തണുപ്പും ആരും ഉറങ്ങി

പ്പോകും. അവൾ കോട്ടുവായിടാൻ തുടങ്ങി. അതുകണ്ട് കുഞ്ഞുവിന് പേടിയായി. ഇവിടെവച്ച് ഉറങ്ങിയാൽ എന്താണുണ്ടാവുകയെന്ന് ആർക്കറിയാം? ദിവസം ഒരു മണിക്കൂർ മാത്രം ഉറങ്ങുന്നവരാണ്.

ഭാഗ്യം. രണ്ടു മൂന്നുപേർ അങ്ങോട്ടു കടന്നുവന്നു. ഏറ്റവും ആദ്യംവന്ന ആജാനബാഹു വെട്ടിത്തിളങ്ങുന്ന കഷണ്ടിയിൽ തടവിക്കൊണ്ടു അവർക്കു മുമ്പിൽനിന്നു:

"എന്താ പിങ്കിക്കുട്ടീ, ഉറക്കം വരുന്നോ?"

അയാൾ ചോദിച്ചു. ആ സ്വരം പരിചയമുള്ളതാണല്ലോ.

അവർ മൂവരും കൗതുകത്തോടെ നോക്കി. അതുതന്നെ! സെഡ ങ്കിൾ! കോട്ടും തൊപ്പിയും മാറ്റിയപ്പോൾ അങ്കിളിനെ മനസ്സി ലായില്ല. മാത്രമല്ല, കോട്ട് മാറ്റിയതോടെ അദ്ദേഹം കുറെക്കൂടി പൊക്കം കൂടിയതായി തോന്നി. ഇത്ര ആരോഗ്യവാനായ ഒരാ ണാണ് സെഡങ്കിൾ എന്ന് ഒരിക്കൽപ്പോലും തോന്നിയിട്ടില്ല. രവിയും കുഞ്ഞുവും എഴുന്നേറ്റ് നിന്ന് ആഗതരെ വണങ്ങി.

"ഇത് മിസ്റ്റർ വൈ, ഇത് മിസ്റ്റർ ഡബ്ല്യു..."

പിറകിൽ വന്നവരെ അദ്ദേഹം പരിചയപ്പെടുത്തി.

"ഞങ്ങൾ മൂവരുമാണ് ഇവിടത്തെ ഭരണകാര്യങ്ങൾ നിയ ന്ത്രിക്കുന്നത്. തിരിച്ചുപോകുന്നതിനുമുമ്പ് ഒരു കൂടിക്കാഴ്ച ആകാമെന്നു കരുതി. പുറത്തുനിന്ന് ആരുവന്നാലും ഇതു പതി വുള്ളതാണ്."

സെഡങ്കിൾ പറഞ്ഞുനിർത്തി. അവർ അതിഥികൾക്കഭിമു ഖമായി ഇരുന്നു.

നിങ്ങളെപ്പറ്റി അറിയാവുന്ന കാര്യങ്ങൾ ഞാൻ പറഞ്ഞി ട്ടുണ്ട്. ബാക്കി ഇവർ ചോദിക്കും...." അത്രയും കൂടി പറഞ്ഞിട്ട് സെഡങ്കിൾ ഒതുങ്ങിയിരുന്നു.

"ആഹാരമൊക്കെ തൃപ്തികരമായോ?"

ആദ്യം വൈ ചോദിച്ചു. വളരെ സൗമ്യതയോടെയാണ് ചോദ്യം.

"ഓ... നല്ല ആഹാരം." കുഞ്ഞു പറഞ്ഞു.

"ഞങ്ങൾക്കുവേണ്ടി ഉണ്ടാക്കിയ സ്പെഷ്യൽ വിഭവം വളരെ ഇഷ്ടമായി." രവി കൂട്ടിച്ചേർത്തു.

"സന്തോഷം. കൃഷിസ്ഥലത്തു പോയിരുന്നല്ലോ? എന്തു തോന്നി? അദ്ദേഹത്തിന്റെ അടുത്ത ചോദ്യത്തിന് കുഞ്ഞു മറു പടി പറഞ്ഞു: "വാഴക്കൃഷി അവിടെയുമുണ്ട്. എന്നാൽ വാഴ കൊണ്ടുമാത്രം ജീവിക്കാൻ ഞങ്ങൾക്കു കഴിയില്ല."

അപ്പോൾ ഡബ്ല്യൂ ഇടപ്പെട്ടു: "അത് നിങ്ങൾ ഇപ്പോഴും രണ്ടു നൂറ്റാണ്ട് പിറകിൽ ജീവിക്കുന്നതുകൊണ്ടാണ്. എല്ലാ കാലത്തും ഇപ്പോൾ കാണുന്ന കൃഷിവിഭവങ്ങൾ കാണുമോ?"

"ഇല്ല. ചിലതൊക്കെ ഇപ്പോൾ തന്നെ നഷ്ടമായിട്ടുണ്ട്."

രവി ഇടപെട്ടു.

"അതെ. അതാണു സത്യം. ഒരു നൂറ്റാണ്ടു കഴിഞ്ഞാലോ? പലതും അപ്രത്യക്ഷമാകും.

അങ്ങനെ ഒടുക്കം ഏതെങ്കിലും ഒരു കൃഷിയിൽ അഭയം പ്രാപിക്കേണ്ടിവരും. ഞങ്ങൾ അതാണു ചെയ്യുന്നത്."

ആരും മിണ്ടിയില്ല. അമ്പരപ്പുണ്ടാക്കുന്നതാണെങ്കിലും പറഞ്ഞതു സത്യമാണെന്ന് കുഞ്ഞുവിനു തോന്നി. അവനും ആ വഴിക്കുതന്നെയാണ് ചിന്തിച്ചത്.

അല്പനേരം അങ്ങനെപോയി. എല്ലാവരും എന്തൊക്കെയോ ഓർത്തിരുന്നു.

"ഞങ്ങളുടെ നാടിനെപ്പറ്റി എന്താ നിങ്ങടെ അഭിപ്രായം?"

വൈ പെട്ടെന്നു ചോദിച്ചു. എന്തു പറയണമെന്നറിയാതെ ഒന്നു പതറിയെങ്കിലും രവി മനസ്സാന്നിദ്ധ്യം വീണ്ടെടുത്തു.

"നല്ല വൃത്തിയും വെടിപ്പും. ആളുകളൊക്കെ ഉത്സാഹശാലികളാണ്. എല്ലാവരും കൃത്യമായി ജോലിചെയ്യുന്നു. വെറുതെ സമയം കളയുന്നില്ല."

രവി പറഞ്ഞതിന്റെ തുടർച്ചയെന്നോണം കുഞ്ഞു പറഞ്ഞു: "പഠനരീതി രസകരമാണ്. കളികളിലൂടെ പഠിക്കുന്ന സമ്പ്രദായം ചെറിയ ക്ലാസുകളിൽ ഞങ്ങളുടെ നാട്ടിലുമുണ്ട്. ഇവിടെ സ്കൂൾ തന്നെ ഇല്ലല്ലോ. എന്നിട്ടും എല്ലാവർക്കും എല്ലാ കാര്യങ്ങളും അറിയാം."

"കുട്ടി അപ്പുറത്തുപോയി പാട്ടു പാടിയെന്നു കേട്ടു." പിങ്കിയെ നോക്കി ഡബ്ല്യൂ അഭിനന്ദിച്ചു. "നല്ല പാട്ടാണെന്നാണ് അവർ പറഞ്ഞത്. സ്കൂളിൽനിന്നു പഠിച്ചതാണോ?"

"അല്ല. ഉമ്മ പഠിപ്പിച്ചതാ..."

പിങ്കി ഉടനെ തിരുത്തി. അതൊരു പുതിയ അറിവാണെന്ന മട്ടിൽ ഡബ്ല്യൂ കണ്ണുതുറിച്ചു നോക്കി.

"ഇവർക്കു പോകാൻ സമയമായി."

ക്ഷമാപണത്തിന്റെ സ്വരത്തിൽ സെഡങ്കിൾ മറ്റുള്ളവരെ അറിയിച്ചു.

"ഓ... ശരി. ഏതായാലും ഇവിടെ വന്നതിനു നന്ദി. ഞങ്ങ

ളെപ്പറ്റി നല്ലതു പറഞ്ഞതിൽ സന്തോഷം..."

വൈ എഴുന്നേറ്റുകൊണ്ടു പറഞ്ഞു.

"പറ്റുമെങ്കിൽ ഇനിയും വരണം..." ഡബ്ല്യു മുൻകൂറായി ക്ഷണിച്ചു. രവിയും കുഞ്ഞുവും ചിരിച്ചതല്ലാതെ മറുപടി യൊന്നും പറഞ്ഞില്ല.

"എന്നാൽ പുറപ്പെടാം...." സെഡങ്കിൾ പുറത്തേക്കു നടന്നു കൊണ്ടു പറഞ്ഞു. രവി ഒപ്പമെത്താൻ വേഗത്തിൽ നടന്നു. കുഞ്ഞു പിങ്കിയെ എഴുന്നേല്പിച്ച് പിറകെ ചെന്നു.

അവർ നീണ്ട വരാന്തയിലൂടെ കുറേദൂരം നടന്നു. ബാക്കി യുള്ളവർ വഴിയിൽവെച്ച് മറ്റേതോ കവാടത്തിലൂടെ മറഞ്ഞി ട്ടുണ്ട്.

മുന്നിൽ കൈവീശി നടക്കുന്നതിനിടയിൽ തലവെട്ടിച്ച് സെഡങ്കിൾ പറഞ്ഞു: "വന്ന വഴിയിലൂടെയല്ല നമ്മൾ പുറത്തു കടക്കുന്നത്. തിരിച്ചുപോകുന്നത് മറ്റൊരു വാഹനത്തിലാണ്."

വീതി കുറഞ്ഞ ഒരിടനാഴി തരണം ചെയ്തപ്പോൾ മുകളി ലേക്കുള്ള പടികൾ പ്രത്യക്ഷപ്പെട്ടു. പുറത്തേക്കു കയറാനുള്ള പടികൾ. അങ്കിളിന്റെ ഒപ്പമെത്താൻ മൂവരും തിരക്കിട്ടു നടന്നു.

മടക്കയാത്ര

ഒന്നാമത്തെ പടിയോടു ചേർന്ന് ചെറിയൊരു മുറിയുള്ളത് അതിനു മുന്നിൽ സെഡങ്കിൾ നിന്നപ്പോഴാണ് ബാക്കിയുള്ളവരുടെ ശ്രദ്ധയിൽപ്പെട്ടത്. അദ്ദേഹം ആരെയോ വിളിച്ചതുപോലെ തോന്നി. പ്രായമുള്ള ഒരാൾ രണ്ടു കൈകളും നിവർത്തിപ്പിടിച്ചതിനു മുകളിലായി എന്തോ വെച്ചുകൊണ്ട് പ്രത്യക്ഷപ്പെട്ടു. അയാളുടെ ശരീരത്തിലാകെ ചുളിവുകൾ തെളിഞ്ഞു കാണാം.

സെഡങ്കിൾ ആദ്യം തൊപ്പിയെടുത്തു തല മൂടി. പിന്നെ കോട്ടു വാങ്ങി നിവർത്തി ശരീരമാകെ മൂടി. ആദ്യം കണ്ടതു പോലെ തന്നെ.

"ഈ കോട്ട് എന്തിനാണെന്നറിയാമോ?"

അദ്ദേഹം ചോദിച്ചു. സ്വയം മറുപടിയും പറഞ്ഞു.

"നിങ്ങളുടെ നാട്ടിലെ കാലാവസ്ഥ ഞങ്ങൾക്കു പിടിക്കില്ല. അവിടത്തെ കാറ്റു തട്ടിയാൽ തൊലി ചുളിയും. അതൊഴിവാക്കാനാണ് ഈ കോട്ട്. വരൂ..."

അദ്ദേഹം ചുറുചുറുക്കോടെ പടികൾ കയറാൻ തുടങ്ങി. പാതാളത്തിൽനിന്നു പുറത്തുകടക്കുകയാണല്ലോ എന്ന വിചാരം മൂവർ സംഘത്തെ സന്തോഷിപ്പിക്കുകയും വിഷമിപ്പിക്കുകയും ചെയ്യുന്നുണ്ട്. എത്രയും വേഗം വീട്ടിലെത്തണമെന്ന വിചാരം എല്ലാവർക്കുമുണ്ട്. അതോടൊപ്പം ഇനി ഇങ്ങനെ

യൊരു നാട്ടിൽ വരാൻ കഴിയില്ലല്ലോ എന്ന സങ്കടവുമുണ്ട്.

ഏറ്റവും മുകളിലെ പടിയിൽനിന്നു പുറത്തേക്കു നോക്കിയ കുഞ്ഞുവിന് കണ്ണുകളെ വിശ്വസിക്കാനായില്ല. നൂറുകണക്കിന് ആകാശക്കപ്പലുകൾ നിരന്നു കിടക്കുന്നു. അവൻ മൂന്നാലുപടി താഴെയുള്ള രവിയെ നോക്കി ആവേശം കൊണ്ടു. എന്താണു സംഭവമെന്ന ജിജ്ഞാസയോടെ രവി ഒറ്റക്കുതിപ്പിന് മുകളിലെത്തി. അവനും വല്ലാതെ അത്ഭുതപ്പെട്ടുനിന്നു. ഏറ്റവും ഒടുവിൽ കയറിവന്ന പിങ്കി പുറത്തേക്കു നോക്കിയതും അറിയാതെ പറഞ്ഞുപോയി: "പടച്ചോനേ....!"

സെഡങ്കിൾ കുറച്ചു മുമ്പോട്ടു നീങ്ങിനിന്ന് ഇവരുടെ പ്രതികരണങ്ങൾ നോക്കുകയാണ്. അദ്ദേഹത്തിനു ചിരി വരുന്നുണ്ട്. പിങ്കി ഓടിച്ചെന്ന് ആദ്യത്തെ ആകാശക്കപ്പലിൽ തൊട്ടു. നൂറു കണക്കിനെണ്ണം! പല വലുപ്പത്തിൽ, പലനിറത്തിൽ, പല ആകൃതിയിൽ! എല്ലാത്തിലും ചാടിക്കയറാനും എന്തൊക്കെയോ ചെയ്യാനും കൈ തരിക്കുന്നതായി കുഞ്ഞുവിനു തോന്നി. എന്തെല്ലാം വാഹനങ്ങൾ സങ്കല്പിച്ചുണ്ടാക്കിയിട്ടുണ്ട്. ഇങ്ങനെയൊന്ന് ഭാവനയിൽ വന്നില്ല. വേണമെങ്കിൽ അത്രമാത്രം ആളുകളും വേണം. രണ്ടിടങ്ങളിലായി കണ്ടവർക്ക് ഇത്ര വാഹനങ്ങളുടെ ആവശ്യമില്ല. അവൻ സെഡങ്കിളിനെ സമീപിച്ചു.

"അങ്കിൾ ഇത്രയും വാഹനങ്ങൾ നിങ്ങൾക്കെന്തിനാണ്?"

അദ്ദേഹം ചിരിച്ചു. "ഇത് ഞങ്ങളുടെ റീജനൽ ഗ്രൗണ്ടാണ്. ഒരു റീജനു വേണ്ട വാഹനങ്ങളാണിത്." എന്തോ ഓർത്തെടുത്തിട്ട് അദ്ദേഹം തുടർന്നു: "വേണമെങ്കിൽ നിങ്ങളുടെ ജില്ലയാണെന്നു കൂട്ടിക്കോളൂ. നിങ്ങടെ നാട്ടിൽ ജില്ലകളുണ്ടല്ലോ. അതുപോലെയാണ് ഞങ്ങൾക്ക് റീജൻ. നമ്മളിപ്പോൾ രണ്ടു സെഗ്മെന്റുകളാണ് കണ്ടത്. ഇതുപോലത്തെ എട്ടു സെഗ്മെന്റുകൾ ചേർന്നതാണ് ഒരു റീജൻ. രണ്ടായിരത്തോളം പേരുണ്ടാവും. ഇത്തരം ഇരുപത്തഞ്ചു റീജനുകൾ ചേർന്നതാണ് ഈ രാജ്യം. അരലക്ഷത്തിൽ അല്പമധികം ആളുകൾ."

"ഇത്തരം ഇരുപത്തഞ്ചു ഗ്രൗണ്ടുകളുണ്ട്. അല്ലേ?" രവി ചോദിച്ചു.

"അതെ." ഒന്നു നിർത്തിയിട്ട് അങ്കിൾ തുടർന്നു: "പക്ഷേ, എല്ലായിടത്തും ഇത്രയും വാഹനങ്ങൾ കാണില്ല. എല്ലാ റീജനിലും എല്ലാവരും പുറത്തു യാത്ര ചെയ്യുന്നവരല്ല."

"പുറത്ത് എവിടേക്കാണ് പോകുന്നത്?" കുഞ്ഞു ആകാംക്ഷയോടെ തിരക്കി.

"മറ്റു റീജനുകളിലേക്ക്! വളരെ വളരെ ദൂരെയാണ് റീജനുകൾ. എല്ലാ സൗകര്യങ്ങളുമുണ്ടെങ്കിലേ സെഗ്മെന്റുണ്ടാവൂ. കുറേ സെഗ്മെന്റുകൾ ചേർന്നാല്ലല്ലേ റീജനാകുന്നത്? സെഗ്മെന്റുകൾ തമ്മിൽ വളരെ ദൂരം കാണും ചിലപ്പോൾ...."

പിങ്കി ഒന്നിൽനിന്ന് മറ്റൊന്നിലേക്ക് ഓടിപ്പോവുകയാണ്. ഓരോന്നിന്റെയും ഭംഗി അടുത്തുനിന്ന് ആസ്വദിക്കുകയാണ്.

"വരൂ... അതാണ് നമ്മുടെ വാഹനം...."

അല്പം അകലേക്കു കൈ ചൂണ്ടി അങ്കിൾ പറഞ്ഞു. അത് കൂട്ടത്തിൽ വലുപ്പം കൂടിയതാണ്. കാണാനും ഭംഗിയുണ്ട്. എങ്കിലും അല്പം പഴക്കമുള്ളതാണെന്ന് തോന്നി.

"ഇവിടെ എല്ലാവരും വാഹനമോടിക്കുമോ?"

കുഞ്ഞുവിന്റെ ന്യായമായ സംശയം.

"ഇല്ല വളരെ കുറച്ചുപേർ മാത്രമേ ഓടിക്കൂ. അതിന് പ്രത്യേക പരിശീലനം വേണമല്ലോ." വാഹനത്തിന്റെ വാതിൽ തുറക്കുമ്പോൾ അങ്കിൾ പറഞ്ഞു. ആദ്യം പിങ്കിയെയാണ് കയറാനനുവദിച്ചത്. പിറകെ കുഞ്ഞുവും രവിയും കയറി. ഇങ്ങോട്ടു വന്നതിനെക്കാൾ ഇരട്ടി സ്ഥലമുണ്ട് ഇതിനകത്തെന്ന് അവർക്കു തോന്നി. അഴികൾ കുറേക്കൂടി അടുത്തടുത്താണ്. കൈകൾ പുറത്തിടാൻപോലും കഴിയില്ല. എണീറ്റുനിന്നാലും പുറത്തേക്കു തലയിടാനും പറ്റില്ല. ഉയരവും കൂടുതലാണ്.

പുറത്തൊക്കെ ചുറ്റിനടന്ന് പരിശോധിച്ചതിനുശേഷം സെഡങ്കിളും അകത്തുകയറി. ലിവർ വലിച്ച് വാതിലടച്ചു. അങ്കിളിന് ഇരിക്കാനുള്ള പീഠം നേരത്തെ സജ്ജമാക്കിയിട്ടുണ്ട്. അതിലിരുന്നിട്ട് അദ്ദേഹം പറഞ്ഞു:

"ഇത് വലിയ വാഹനമാണ്. ദൂരെയാത്രയ്ക്കാണ് കൂടുതലും ഉപയോഗിക്കുക. ഏറ്റവും ഉയരത്തിൽ പറക്കുന്നതിനുള്ള കഴി

വുമുണ്ട്. ഇതിലെ പ്രത്യേകത, എല്ലാവർക്കും ഇരുന്നുപോകാം."

വശങ്ങളിലുള്ള സ്വിച്ചമർത്താൻ ആവശ്യപ്പെട്ടതനുസരിച്ച് കുഞ്ഞു ഒരു സ്വിച്ചമർത്തി. അവിടെ ഒരു സീറ്റ് ഉയർന്നുവന്നു. അപ്രകാരം രണ്ടെണ്ണം കൂടി ആയപ്പോൾ തല്ക്കാലം മതിയെന്ന് അങ്കിൾ വിലക്കി. "ആറുപേർക്ക് ഒരുമിച്ചു പോകാം. ഇവിടുത്തെ നിയമമനുസരിച്ച് ആറിൽ കുറവുണ്ടെങ്കിൽ ഇതിൽ കയറാൻപോലും പാടില്ല. നിങ്ങൾക്ക് വേഗത്തിൽ നാട്ടിലെത്തണമല്ലോ. അതുകൊണ്ടാണ് ഇതെടുക്കുന്നത്."

മുകളിലെ പങ്ക കറങ്ങിത്തുടങ്ങി. മൂവരും സീറ്റിലിരുന്നു. ഒതുക്കമുള്ള സീറ്റുകളാണ്. മുന്നോട്ടു തള്ളിനില്ക്കുന്ന കൈവരിയിൽ പിടിച്ചാൽ പേടിക്കാനില്ല.

"ഏറ്റവും ഉയരത്തിലാണ് നമ്മൾ യാത്ര ചെയ്യുക. ചെവിയിൽ ഇപ്പോൾ തന്നെ കോട്ടൻ വെച്ചോളൂ."

സൈഡിലെ അറയിൽനിന്ന് ഏതാനും കോട്ടൻ കഷണങ്ങളെടുത്തു നീട്ടിയിട്ട് അങ്കിൾ പറഞ്ഞു. മൂന്നുപേരും ഇരുചെവികളിലും അതുറപ്പിച്ചു വെച്ചു.

"കാടിന്റെ നടുവിലിറങ്ങ്വോ."

പിങ്കി ഒച്ചയുയർത്തി ചോദിച്ചു. അങ്കിൾ ചിരിച്ചുപോയി. "ഏയ് ഇല്ല. നേരെ നിങ്ങടെ മാവിന്റെ ചുവട്ടിലേക്കാണ്. എന്താ പോരേ?"

പിങ്കിക്കു സന്തോഷമായി.

ആകാശക്കപ്പൽ ഉയരാൻ തുടങ്ങി. ഒട്ടും കുലുക്കമില്ലെന്ന് കുഞ്ഞു തിരിച്ചറിഞ്ഞു. നിശ്ചലമാണെന്നേ തോന്നൂ. ഈ വാഹനം കേമം തന്നെ. അടിയിൽനിന്ന് ഒരു തരത്തിലുള്ള ശബ്ദവും കേൾക്കുന്നില്ല. കുറെ ഉയർന്നപ്പോൾ മഞ്ഞുപാളികൾ പ്രത്യക്ഷപ്പെടാൻ തുടങ്ങി. നല്ല തണുപ്പും. പിങ്കി കൈകൾ ചുറ്റിക്കെട്ടി തണുപ്പിനെ അകറ്റാൻ ശ്രമക്കുകയാണ്.അവൾ യാത്ര ആസ്വദിക്കുകയാണ്. അതുകണ്ട് സെഡങ്കിൾ ചിരിച്ചു.

ഇപ്പോൾ ശരിക്കും കാർമേഘത്തിനുള്ളിലാണ് വാഹനം. കണ്ണിലും ചെവിയിലുമൊക്കെ മഞ്ഞു കയറുകയാണ്. മൂക്കടപ്പും അനുഭവപ്പെടുന്നുണ്ട്.

"പേടിക്കേണ്ട. ഇപ്പോൾ ശരിയാകും...." സെഡങ്കിൾ സമാധാനിപ്പിച്ചു. അതു ശരിയായിരുന്നു. നിമിഷങ്ങൾക്കുള്ളിൽ വാഹനം പിന്നെയും ഉയർന്നു. ഇപ്പോൾ മേഘപാളികൾ അപ്രത്യക്ഷമായി. തെളിഞ്ഞ അന്തരീക്ഷത്തിൽ അവരെത്തി. വലിയ തോതിലുള്ള തണുപ്പുമില്ല.

ഏറ്റവും ഉയരത്തിലെത്തിയപ്പോൾ അല്പനേരം വാഹനം നിശ്ചലമായതായി കുഞ്ഞുവിനു തോന്നി. പിന്നെ മുന്നോട്ടു കുതിക്കാനും തുടങ്ങി. ഇനി ആദ്യമുണ്ടാക്കുന്ന വണ്ടി ആകാശക്കപ്പലാകും. അവൻ തീരുമാനിച്ചു.

രവി തല കുനിച്ചിരുന്ന് എന്തോ ഓർക്കുകയാണ്. പിങ്കൂട്ടി ഉറക്കത്തിലേക്ക് വീണിരിക്കുന്നു. അങ്കിൾ വാഹനമോടിക്കുകന്നതിൽ മാത്രമാണ് ഇപ്പോൾ ശ്രദ്ധിക്കുന്നത്. എത്ര നല്ല മനുഷ്യൻ! ഒരിക്കലും കണ്ടിട്ടില്ലാത്ത തങ്ങളോട് എത്ര കാരുണ്യത്തോടെയാണ് പെരുമാറിയത്. കുഞ്ഞുവിന്റെയുള്ളിൽ വല്ലാത്തൊരു വിങ്ങൽ വന്നുനിറഞ്ഞു.

ഒന്നും കാണാനില്ല. കേൾക്കാനുമില്ല. നിശ്ചലമായ നിമിഷങ്ങൾ. കണ്ണുകൾ അടഞ്ഞുപോകുന്നു. ഒരു തൂവൽപോലെ ഉയർന്നുയർന്നു പോകുന്ന ശരീരം...

സെഡങ്കിൾ പേരെടുത്തു വിളിക്കുന്നത് കേട്ടാണ് മൂന്നു പേരും ഉണർന്നത്.

"ദാ നമ്മൾ ഇറങ്ങുകയാണ്. മാവിന്റെ ചുവട്ടിലേക്കാണ് യാത്ര."

വാഹനം കുത്തനെ താഴോട്ടു നീങ്ങുകയാണ്. സീറ്റിൽ മുറുകെ പിടിച്ചു നില്ക്കുന്ന പിങ്കിക്കാണ് കൂടുതൽ ജാള്യത – ഉറങ്ങിയതിൽ.

"ഇനി എപ്പോൾ കാണും. മിടുക്കരേ?"

സെഡങ്കിളിന്റെ ചോദ്യം മൂന്നുപേരെയും സങ്കടപ്പെടുത്തി. പിരിയുന്നതിൽ വിഷമമുണ്ട്. വേറെ വഴിയില്ലല്ലോ.

"നന്നായി പഠിച്ച് മിടുക്കരാകണം കേട്ടോ..."

അങ്ങനെ ചെയ്യാമെന്ന് അവർ സമ്മതിച്ചു.

വാഹനം നിലത്തിറങ്ങിയതും വാതിൽ തുറന്നിട്ട് അങ്കിൾ

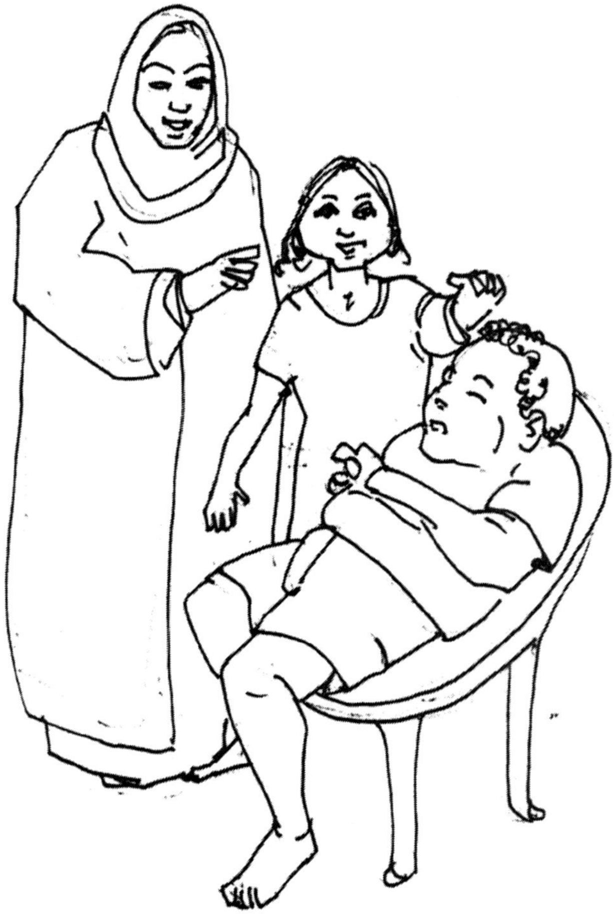

പറഞ്ഞു: "വേഗം പുറത്തിറങ്ങിക്കോളൂ. ഞാൻ ഇപ്പോൾ തന്നെ മടങ്ങുകയാണ്."

മൂന്നുപേരും പുറത്തിറങ്ങി. അങ്കിൾ അവർക്കു നേരെ കൈവീശി. അടുത്ത നിമിഷത്തിൽ വാഹനം മേലോട്ടുയർന്നു. നോക്കിനില്ക്കേ അത് ഉയർന്ന് അപ്രത്യക്ഷമായി.

അവർ ചുറ്റും നോക്കി. ആരെങ്കിലും കാണുന്നുണ്ടോ? അവിടെയൊന്നും ആരുമില്ല. ഒന്നും ആരും അറിഞ്ഞിട്ടില്ല.

"ദേ, മുസ്ല്യാരു വരണൂ...." കിഴക്കോട്ടു നോക്കി പിങ്കി പറഞ്ഞു. ശരിയാണ്. പാടവരമ്പത്തുകൂടി മുസ്ല്യാർ തിരക്കിട്ടു

നടന്നു വരുന്നുണ്ട്. ഉമ്മ വിളിക്കാനുള്ള നേരമായി.

"ഞാൻ പോട്ടെ. അച്ഛൻ കമ്പനി വിട്ടുവരുന്ന നേരമായി..." അതുംപറഞ്ഞ് രവി വടക്കോട്ടു തിരിഞ്ഞ് ഇടവഴി ലക്ഷ്യമാക്കി കുതിച്ചു.

കുഞ്ഞു പിങ്കിയുടെ കൈപിടിച്ചു: "പോകാം പിങ്കൂട്ട്യേ..."

*****

ഒരു പൊട്ടിച്ചിരി കേട്ടാണ് കുഞ്ഞു കണ്ണു തുറന്നത്.

ഉമ്മയും പിങ്കിയും നിന്നു ചിരിക്കുന്നു.

"ഉം.... എന്തിനാ ന്നെ വിളിച്ചേ....?"

പിങ്കി ചോദിക്കുകയാണ്. കുഞ്ഞു നാണിച്ചുപോയി. കളിച്ചു ക്ഷീണിച്ച് കസാലയിൽ വന്നുകിടന്നത് ഓർമ്മയുണ്ട്. എപ്പോഴാണ് ഉറങ്ങിയത്! ഉറക്കത്തിൽ എന്തോ പറഞ്ഞതുകേട്ട് പിങ്കി ഉമ്മയെ കൂട്ടിവന്നതാണെന്ന് അവനു മനസ്സിലായി.

"പകൽ നേരത്ത് കിടന്നൊറങ്ങരുതെന്ന് പറഞ്ഞിട്ടില്ലേ?" ഉമ്മ ഇവനെ പിടിച്ചെഴുന്നേല്പിച്ചിട്ട് പറഞ്ഞു: "സാരല്യ... ഉമ്മ അടയുണ്ടാക്കീട്ട്ണ്ട്.... വേഗം വാ..."

അപ്പോഴേക്കും പിങ്കി അടുക്കളയിലെത്തിക്കഴിഞ്ഞു.